CUỘC CHIẾN CỦA NHỮNG NGƯỜI TIN CHÚA

VAUGHAN ROBERTS

Bản dịch tiếng Việt: Huệ Anh - Lan Khuê

reSource Leadership International - 2019

Bản dịch tiếng Việt: Huệ Anh - Lan Khuê

Sửa bản in: Văn Phẩm Hạt Giống

Thiết kế bìa: Nguyễn Hiền Thư

Ảnh bìa: https://www.faithstocks.com/tai-ve/hinh-anh/su-sang-tao/

Mã số ISBN (Vietnam): 978-604-61-6065-6

Mã số ISBN (Canada): 978-1-988990-09-5

Mục lục

Lời tri ân 7

Dẫn nhập 9

1. Hình ảnh bản thân 17

2. Dục vọng 41

3. Mặc cảm tội lỗi 69

4. Nghi ngờ 87

5. Trầm cảm 111

6. Tự cao 135

7. Đồng tính luyến ái 161

8. Giữ tâm linh tươi mới 195

Với lòng biết ơn sâu sắc dành cho:

Marjorie Bristow
Arthur Casson
Sybil Puttick
và Daphne Tattersall.

"Chúng tôi chiến đấu trong yếu đuối,
họ chiếu sáng trong vinh quang."

LỜI TRI ÂN

Tôi biết ơn Peter Comont, Jayne Haynes, Clare Heath-Whyte, Jonathan Lamb, Andrew Marsh, Simon và Susu Scott, Will Stileman và Pete Wilkinson về những nhận xét trên bản viết tay, và cảm ơn Matthew Morgan đã giúp tôi trong việc đánh máy.

DẪN NHẬP

"Phi-e-rơ, sứ đồ của Đức Chúa Jêsus Christ, kính gửi những người kiều ngụ rải rác trong các xứ Pông, Ga-la-ti, Cáp-pa-đốc, A-si-a và Bi-thi-ni, là những người được chọn lựa theo sự biết trước của Đức Chúa Trời là Cha, và được thánh hóa bởi Thánh Linh, để vâng phục Đức Chúa Jêsus Christ và dự phần trong sự rảy huyết Ngài. Cầu xin ân điển(a) và bình an càng gia tăng trên anh em!

Chúc tụng Đức Chúa Trời, Cha của Chúa chúng ta là Đức Chúa Jêsus Christ! Bởi lòng thương xót dư dật của Ngài, chúng ta được tái sinh để có một hi vọng sống, nhờ sự sống lại từ cõi chết của Đức Chúa Jêsus Christ, và hưởng một cơ nghiệp không hư hoại, không hoen ố, không suy tàn, để dành trong các tầng trời cho anh em, là những người nhờ đức tin được gìn giữ bởi quyền năng của Đức Chúa Trời, để nhận sự cứu rỗi là điều sẵn sàng bày tỏ ra trong thời kỳ cuối cùng! Hãy vui mừng về điều ấy, dù bây giờ anh em còn chịu đau buồn trong ít lâu bởi muôn vàn thử thách; để đức tin của anh em sau khi được thử nghiệm sẽ quý hơn vàng — dù vàng đã được thử lửa, vẫn có thể hư hoại — đem lại sự ca ngợi, vinh quang và tôn trọng khi Đức Chúa Jêsus Christ hiện đến. Dù chưa thấy Ngài, anh em vẫn yêu mến Ngài, dù chưa gặp Ngài anh em vẫn tin Ngài, và hân hoan trong niềm vui rạng ngời, khôn tả; vì anh em nhận được thành quả của đức tin, là sự cứu rỗi linh hồn mình."

1 Phi-e-rơ 1:1–9

"Đừng ngạc nhiên!"

Vào tuần cuối cùng của những ngày đại học, hai người bạn cũ đã đến thăm tôi. Cả hai không đến cùng một lúc, nhưng lại đưa ra cùng một lời nhắc nhở: "Đừng ngạc nhiên nếu cậu sớm phải đối diện với giai đoạn khổ sở thật sự." Tôi mới tin Chúa chưa được bao lâu và vẫn còn đang vui hưởng giai đoạn "trăng mật" kéo dài của một tân tín hữu. Cuộc sống của tôi khá thoải mái dễ chịu trước và sau khi tin Chúa, suốt khoảng thời gian ấy tôi cũng hiếm khi gặp khó khăn trở ngại gì. Lời nói của bạn tôi thật đúng lúc. Đức Chúa Trời đã dùng những lời nhắc nhở ấy để tôi chắc chắn rằng mình đã sẵn sàng cho những giai đoạn khó khăn hơn sắp đến.

Đáng lẽ tôi không cần đến sự nhắc nhở của bạn tôi. Chính Kinh Thánh đã nói rõ rằng đời sống của người Cơ Đốc là một cuộc chiến. Là những người thuộc về Đấng Christ, các Cơ Đốc nhân thật đúng là "những khách lạ trên đất" (1 Phi 1:1) mà quê hương thật sự của họ là ở trên trời. Chúng ta đã bước vào vương quốc Đức Chúa Trời và kinh nghiệm trong đời này một số trong rất nhiều những phước hạnh tuyệt vời của sự cứu chuộc: sự tha thứ tất cả những tội lỗi của chúng ta, tình bằng hữu với Đức Chúa Trời - Cha chúng ta - thông qua Đức Thánh Linh và mối giao thân với các anh chị em trong Chúa. Mặc dù thuộc về thiên đàng, nhưng chúng ta vẫn chưa về đó. Trong lúc này, đang khi chờ đợi Đấng Christ quay trở lại, thì chúng ta phải sống trong thế giới sa ngã, với tất cả những tội lỗi và khổ đau của nó. Cả cuộc đời chúng ta sẽ phải chiến đấu với thế gian, với xác thịt (bản chất tội lỗi của chúng ta) và với ma quỷ. Chúng ta không được miễn nhiễm khỏi những ảnh hưởng của sự sa ngã; Cơ Đốc nhân vẫn sẽ phải đối diện với bệnh tật, cô đơn, ngã lòng, thất nghiệp và sự chết giống như bất cứ người phàm nào. Có thể chúng ta cũng phải sẵn sàng để chịu nhiều thử thách hơn vì lòng trung thành với Đấng Christ trong thế gian này.

Kinh nghiệm của chúng ta trong thế giới hiện tại sẽ có sướng có khổ. Một mặt, Phi-e-rơ có thể viết cho những người tin Chúa rằng: "Dù chưa thấy Ngài, anh em vẫn yêu mến Ngài, dù chưa gặp Ngài anh em vẫn tin Ngài, và hân hoan trong niềm vui rạng ngời, khôn tả; vì anh em nhận được thành quả của đức tin, là sự cứu rỗi linh hồn mình" (1 Phi 1:8–9). Nhưng, bởi vì sự cứu rỗi của chúng ta chưa hoàn tất, nên chúng ta cũng sẽ "chịu đau buồn trong ít lâu bởi muôn vàn thử thách" (1 Phi 1:6).

Quyển sách này tập trung vào tám trong nhiều cuộc chiến mà người tin Chúa phải đối diện. Chắc chắn sẽ có một số độc giả hiện vẫn đang vui hưởng giai đoạn an bình, ít gặp khó khăn, thử rèn. Nếu vậy, nguyện những chương sách này chuẩn bị để bạn sẵn sàng cho những thời điểm khó khăn chắc chắn sẽ đến trong tương lai. Những người khác thì sẽ ý thức mình đang ở ngay giữa trận chiến ác liệt. Có lẽ bạn đã bị đánh cho tơi tả, bầm dập và đang vật lộn để có thể kiên định trong nếp sống Cơ Đốc. Nếu vậy, tôi hy vọng bạn sẽ tìm được sự khích lệ trong những trang sách này để tiếp tục tiến bước.

Cuộc chiến của chúng ta sẽ không kéo dài mãi mãi

Phi-e-rơ viết lá thư đầu tiên cho những tín hữu đang trải qua giai đoạn bị bắt bớ kinh khiếp. Ông không thể hứa rằng sự bắt bớ sẽ kết thúc trong đời này, nhưng ông có thể khích lệ họ bằng viễn cảnh về một thế giới thiện hảo sẽ đến. Ông nhắc nhở họ rằng họ có thể hướng về "một cơ nghiệp không hư hoại, không hoen ố, không suy tàn, để dành trong các tầng trời cho anh em" (1:4).

Một anh bạn người Úc của tôi nói với tôi rằng người dân ở Sydney cảm thấy rất khó mường tượng về thiên đàng bởi vì họ nghĩ họ đang sống trong thiên đàng rồi còn gì! Nếu lúc nào chúng ta cũng vui hưởng nắng ấm, lúc nào cũng khỏe mạnh, hạnh phúc và đủ đầy trên đất này thì không có gì ngạc nhiên khi chúng ta mong muốn cuộc sống này cứ tiếp diễn mãi mãi và khó mà chịu nghĩ về cõi sáng tạo mới. Nhưng khổ đau thay đổi cách nhìn của chúng ta. Đức Chúa Trời có thể sử dụng khổ đau để nâng tầm mắt chúng ta ra khỏi thế giới tạm bợ này mà chăm chú hướng về thế giới đời đời sẽ đến.

Đó là kinh nghiệm của một vị giáo sĩ, người đã chẳng nhìn thấy được mấy kết quả sau cả một đời chuyên tâm phục vụ, khi bà từ nước ngoài trở về quê hương. Một đám đông rất lớn chào đón khi bà về đến sân bay, nhưng hóa ra họ tụ tập để tiếp đón một ban nhạc nổi tiếng. Do có trục trặc về khâu thông tin, nên chẳng ai ra đón bà. Nước mắt lăn dài trên má, bà trộm nghĩ: "Sau ngần ấy năm phục vụ, mình trở về như thế này sao?" Nhưng sau đó bà chợt nhớ: "Mình chưa về đến nhà mà!" Bà vẫn còn một chuyến về nhà tuyệt vời ở phía trước, khi cuối cùng bà sẽ đến thiên đàng trong sự tán thưởng của các thiên sứ và vô số công dân nước trời. Khi ấy, bà sẽ được ở với Chúa và sẽ vui hưởng cõi đời đời cùng Ngài, được giải phóng khỏi tất cả những cuộc chiến của đời này.

Cuộc chiến của chúng ta có thể được sử dụng để mang đến ích lợi

Dù điều gì xảy ra, chúng ta cũng đều có thể tin chắc rằng Đức Chúa Trời hoàn toàn nắm quyền tể trị. Những khổ đau và cám dỗ chúng ta phải chịu không hề làm Ngài ngạc nhiên. Trong sự tể trị huyền nhiệm của Ngài, Ngài vừa cho phép chúng xảy ra, vừa dùng chúng để đem lại ích lợi cho chúng ta. Khi viết về những thử rèn khác nhau mà chúng ta kinh nghiệm, Phi-e-rơ đã khích lệ chúng ta: "[Những điều ấy xảy ra] để đức tin của anh em sau khi được thử nghiệm sẽ quý hơn vàng — dù vàng đã được thử lửa, vẫn có thể hư hoại — đem lại sự ca ngợi, vinh quang và tôn trọng khi Đức Chúa Jêsus Christ hiện đến" (1 Phi 1:7).

Ngay giữa trận chiến ác liệt, có thể chúng ta chẳng nhìn thấy điều gì tốt đẹp từ những hoạn nạn mà mình được kêu gọi để chịu đựng. Nhưng chúng ta phải tin rằng Đức Chúa Trời đang hành động để thanh tẩy chúng ta, để đời sống chúng ta mang vinh quang về cho Ngài hơn nữa. Tôi tin rằng Đức Chúa Trời sử dụng khổ đau để làm cho chúng ta mạnh mẽ thêm và để tôn vinh Ngài – không chỉ bởi vì Kinh Thánh dạy chúng ta điều đó, nhưng cũng bởi vì tôi đã chứng kiến điều đó. Những người hay phải chịu khổ nhất là người chiếu ra tình yêu của Chúa một cách rạng ngời, lấp lánh nhất. Nhiều người có thể cùng cất chung tiếng nói với Charles Spurgeon, một diễn giả Báp-tít vĩ đại của thế kỷ mười chín, rằng:

> Tôi e rằng tất cả những ân huệ tôi có trong những lúc thoải mái dễ dàng và những giờ khắc sung sướng chắc chỉ đáng giá một xu thôi. Nhưng ích lợi mà tôi nhận được từ những nỗi đau và những muộn phiền thì không thể nào tính xuể. Mọi điều tôi có được đều nhờ công của cái búa và cái đe, lửa hừng và cái giũa?[1]

Robert Browning đã diễn đạt điều này rất hay trong bài thơ của mình:

> Hàng dặm đường tôi cùng Sung Sướng bước,
>
> Chuyện trò huyên thuyên, rôm rả nói cười,
>
> Lạ kỳ thay, khôn ngoan không gia tăng

---

1. Được trích dẫn trong D. Tidball, *That's Life!* (Leicester, UK: IVP, 1989), tr. 207

Qua tất cả những gì nàng nói.

Hàng dặm đường tôi cùng Bất Hạnh bước,

Lặng lẽ đi bên, không nói lời nào:

Lạ kỳ thay, biết bao điều học được

Nhờ Bất Hạnh sánh bước bên tôi.

(Trích từ *Along the Road*)

Chương 1

HÌNH ẢNH BẢN THÂN

^{1}Vậy nếu anh em đã được sống lại với Đấng Christ, hãy tìm kiếm những điều ở trên trời, nơi Đấng Christ ngồi bên phải Đức Chúa Trời. ^{2} Hãy chú tâm vào những điều ở trên trời, đừng chú tâm đến những điều ở dưới đất, ^{3} vì anh em đã chết, sự sống của mình đã giấu với Đấng Christ trong Đức Chúa Trời. ^{4} Khi nào Đấng Christ là sự sống của anh em hiện ra, lúc ấy anh em cũng sẽ hiện ra với Ngài trong vinh quang.

^{12}Anh em là những người được tuyển chọn của Đức Chúa Trời, là người thánh và rất yêu dấu. Vậy, hãy mặc lấy lòng thương xót, nhân từ, khiêm nhường, mềm mại, nhịn nhục. ^{13}Nếu một người trong anh em có điều gì phàn nàn với người khác thì hãy nhường nhịn nhau và tha thứ nhau; như Chúa đã tha thứ anh em thể nào thì anh em cũng phải tha thứ thể ấy. ^{14}Nhưng trên hết những điều nầy, phải mặc lấy tình yêu thương,vì là dây liên kết của sự toàn hảo.

Cô-lô-se 3:1-4, 12–14

Khi lên kế hoạch viết quyển sách này, tôi đã nhờ một nhóm bạn liệt kê mười cuộc chiến ác liệt nhất mà họ đối diện trong đời sống Cơ Đốc. Nhiều câu trả lời nằm trong dự đoán của tôi, nhưng tôi bị đánh động bởi tần suất tôi thấy những câu trả lời như: "Quan tâm đến cách người khác nhìn về tôi", "Lo lắng về vẻ bề ngoài và quần áo tôi mặc"; "ước muốn được mọi người nghĩ tốt về mình." Một vài người chỉ viết đơn giản "Hình ảnh bản thân."

Lẽ ra tôi không nên ngạc nhiên. Con người muôn thuở quan tâm đến cách thể hiện chính mình với thế giới và cách người khác nhìn nhận mình, nhưng chắc chắn là chưa bao' giờ mức độ quan tâm đến nó lại nhiều như hiện nay; hình ảnh bản thân là một trong những mối bận tâm chính yếu của thời đại chúng ta. Vì chúng ta chỉ có thể chống cự lại những hình thái văn hóa tiêu cực nơi chúng ta sống nếu chúng ta nhận diện được chúng, nên trong phần đầu tiên của chương này, chúng ta sẽ tìm hiểu về văn hóa của mình một cách rõ ràng hơn. Sau đó chúng ta sẽ xem xét quan điểm rất đỗi khác biệt của Kinh Thánh về chủ đề hình ảnh bản thân.

1. Thế giới bị ám ảnh về hình ảnh bản thân

Thế giới thiếu mất danh tính

Cách đây hai trăm năm, và đến tận hôm nay, tại những vùng kém phát triển của thế giới, hầu như chẳng ai đặt ra câu hỏi kiểu như "Tôi thật sự là ai?" hoặc "Hình ảnh nào tôi sẽ chọn để bày tỏ cho thế giới thấy?" Một tác giả đã quan sát:

> Trong những nền văn hóa truyền thống, câu hỏi về hình ảnh bản thân và giá trị bản thân luôn nhận được một câu trả lời dễ dãi. Con người 'thật' của bạn là một điều gì đó ổn định, được định sẵn. Nó là sản phẩm của văn hóa và trình

độ xã hội nơi bạn được sinh ra. Quần áo, nghề nghiệp, nhà cửa, lối sống, những mong đợi đều đã được Ông Trời định sẵn cho bạn... Nhận thức ổn định về giá trị bản thân thường đến từ việc nhận biết vai trò riêng biệt của bạn, và từ sự tiếp nối – khả năng nhìn cộng đồng, gia đình và chỗ đứng của bạn trong cuộc sống tiến, lùi theo thời gian, mà không có những gián đoạn đột ngột hay những bấp bênh.[1]

Những sự ổn định xưa cũ ấy giờ đây phần lớn đã không còn, đã bị cuốn trôi bởi cơn lốc của sự đổi thay khởi đầu bằng cuộc Cách mạng Công nghiệp và tốc độ của nó nhanh chóng hơn bao giờ hết. Nhân dạng của chúng ta không còn được quy định bởi việc chúng ta được sinh ra trong xã hội nào, gia đình nào,... Mọi thứ bây giờ đều dễ thay đổi; sự phân chia giai cấp và vai trò dựa trên giới tính, vốn từng được xác định rất rõ ràng, giờ đây trở nên mờ nhạt. Và con người ngày nay di chuyển nhiều hơn. Ở những thế hệ trước, nhiều người có lẽ đã sống cả đời trong phạm vi có thể đi bộ được quanh khu vực họ được sinh ra, bền bỉ làm cùng một nghề hoặc giữ một vai trò mà thôi. Nhưng ngày nay chúng ta di chuyển rất nhiều về địa lý, xã hội và thay đổi cả công việc.

Có nhiều điều tốt lẫn tích cực trong những thay đổi này, nhưng chúng đã phá vỡ ý thức về nhân dạng theo truyền thống. Nhiều người cảm thấy chơi vơi không biết mình là ai. Nhân dạng không còn là điều được định sẵn, mà là một điều gì đó chúng ta thấy phải tự tạo ra cho chính mình. Điều

---

1. Mike Starkey, "Who Am I?", *CPAS, CY Magazine* 7 (www.cpas.ork.uk; Dec. 1997), tr. 13.

đó phần nào giải thích lý do vì sao hình ảnh bản thân đã trở nên quá đỗi quan trọng. Hình ảnh của tôi chính là nhân dạng do tôi chọn: cách tôi muốn nghĩ về chính mình và cách tôi muốn người khác nhìn tôi.

Thế giới đánh mất cảm giác an toàn

Đôi khi sự ổn định của các cấu trúc xã hội cũ chẳng khác gì một nhà tù. Nhiều người, đặc biệt là phụ nữ và tầng lớp lao động, thấy thật khó để thoát ra khỏi số phận của họ và khỏi chỗ đứng hạn hẹp của mình. Nhưng trật tự cũ ít nhất đã cung cấp cho con người một cảm nhận an toàn đến từ việc hầu hết mọi người đều sống cả đời quẩn quanh bên những con người và những nơi chốn quen thuộc, cũng như gắn bó với một nghề. Trong thế giới hiện đại, con người thường bị kéo ra xa khỏi những chốn an toàn xưa kia. Sự di chuyển ngày càng nhiều dẫn đến tính cộng đồng ngày càng giảm và gia đình tan vỡ đã khiến nhiều người có cảm giác đơn độc trong một thế giới cô độc và đáng sợ. Sự cô lập này giải thích nỗi khao khát được người khác chấp nhận, khao khát tìm được cảm giác thuộc về giữa vòng một nhóm bạn của người ấy. Hollywood, tivi và những trang tạp chí hào nhoáng đã đặt ra những tiêu chuẩn cao đến mức bất khả thi cho chúng ta. Chúng nuôi chúng ta bằng lời nói dối rằng mọi người khác đều xinh đẹp mê hồn và thành công một cách dễ dàng: ngọt ngào, sành điệu và tự tin. Rất dễ để chúng ta tin rằng, nếu muốn được người khác quý mến, chúng ta cũng phải như thế, hoặc ít nhất phải giả vờ là mình như thế.

Sự thiếu vắng nhân dạng và thiếu đi cảm giác an toàn trong nền văn hóa của chúng ta có một sức mạnh ghê gớm. Nó làm nỗi ám ảnh về hình ảnh bản thân của chúng ta bùng cháy. Ngoại hình, thành tựu và tài sản, tất cả đều là những yếu tố chính tạo nên hình ảnh của chúng ta, trở thành yếu tố sống còn. Chúng không chỉ quyết định cảm nhận về giá trị bản thân của chúng ta; mà chúng còn định nghĩa chúng ta là ai.

"Ngoại hình định nghĩa tôi là ai"

Một khảo sát được thực hiện bởi J17, một tạp chí dành cho các bạn gái tuổi thiếu niên, đã tiết lộ rằng 75% các bạn nữ từ 12 đến 17 tuổi thích phẫu thuật thẩm mỹ bởi vì nó làm cho các em cảm thấy hài lòng hơn về vẻ bề ngoài của mình và nó cũng làm cho những đứa bạn hay chọc ghẹo các em phải câm miệng. Trong số các em gái tham gia khảo sát, 33% lúc nào cũng nghĩ về vóc dáng của mình. Chỉ 14% thấy vui về ngoại hình của mình.[2] Nghiên cứu cũng đã chỉ ra những thay đổi quan trọng trong nhật ký của các em gái. Một trích đoạn tiêu biểu từ năm 1892 viết: "Quyết tâm... phải làm việc nghiêm túc. Phải tiết chế trong chuyện trò và hành động. Không được để suy nghĩ của mình lang thang vẩn vơ. Phải là người có lòng tự trọng. Quan tâm đến người khác." Một thế kỷ sau, các em gái lại có những mối quan tâm rất khác. Một em viết: "Mình phải làm cho mình ưa nhìn hơn bằng bất cứ giá nào... Mình sẽ giảm cân, mua thêm mấy cái kính

---

2. *London Sunday Times* (7 Jan. 2001).

áp tròng mới, đã cắt kiểu tóc mới rồi, phải trang điểm cho đẹp, sắm quần áo và phụ kiện mới."[3] Trong khi hồi xưa các cô gái trẻ nghĩ đến nét đẹp trong nhân cách đạo đức, thì bây giờ nhiều em lại trước hết nghĩ về ngoại hình.

Mối quan tâm này chắc chắn không chỉ có ở các em thiếu niên. Naomi Wolf đã viết quyển sách bán chạy nhất *Huyền Thoại Sắc Đẹp* (*The Beauty Myth*) từ nỗi ám ảnh của cô đó là, dù phong trào nữ quyền đã đem lại những thay đổi nào đi chăng nữa, thì giá trị của rất nhiều người nữ phần nhiều vẫn được quyết định bởi thái độ của họ đối với cơ thể của mình.

Phụ nữ có nhiều tiền hơn, nhiều quyền lực hơn, nhiều cơ hội tốt hơn và được pháp luật thừa nhận hơn trước kia; nhưng khi nói đến cảm nhận về ngoại hình của chính mình, có lẽ chúng ta còn thấy mình tồi tệ hơn thế hệ các bà các cô, những người chưa được giải phóng, rất nhiều. Những nghiên cứu gần đây đã cho thấy một cách nhất quán rằng bên trong đại đa số những người phụ nữ thành đạt (trong công việc), hấp dẫn và tự chủ của thế giới Tây phương, là một cuộc sống thấp kém bí ẩn đang đầu độc sự tự do của chúng ta, được cổ súy bởi ý niệm về cái đẹp, cuộc sống ấy là sự đen tối của nỗi căm ghét bản thân, của những ám ảnh về cơ thể mình, là nỗi khiếp sợ bị lão hóa và sự hãi hùng của việc mất khả năng kiểm soát.[4]

---

3. Được trích dẫn trong S. James, *God's Design for Women* (Darlington, UK: Evangelical Press, 2002), tr. 259.
4. N. Wolf, *The Beauty Myth* (London: Vintage, 1991), tr. 10.

Chúng ta không nên nghĩ rằng chỉ có nữ giới mới bị ám ảnh về ngoại hình. Một khảo sát gần đây giữa vòng các em nam sinh 19 tuổi đã tiết lộ rằng các em lo lắng về ngoại hình của mình chẳng khác gì các em nữ. Chỉ 13% hài lòng về cơ thể mình, và 84% tin rằng nếu có ngoại hình đẹp đẽ hơn thì cuộc sống của các em sẽ được cải thiện. Các em nói rằng áp lực từ các bạn nữ (42%), hình ảnh của những người nổi tiếng (28%) và những lời khen chê của những bạn nam khác (24%) khiến các em đánh mất giá trị bản thân. Đa số (60%) lo lắng về vóc dáng của mình ít nhất một tuần hai lần, 28% ngày nào cũng lo lắng về nó.[5]

Nam giới không hề bỏ lại những nỗi lo âu đó ở phía sau khi họ về già. Thị trường sản phẩm bảnh bao, sành điệu cho nam giới đã phát triển theo cấp số nhân trong những năm gần đây. Một viện phẫu thuật thẩm mỹ hàng đầu đã gửi báo cáo cho năm 2005 cho thấy rằng tỉ lệ khách hàng là nam giới tăng từ 5% đến 20% trong vòng ba năm qua.[6] Ngày càng nhiều nam giới ghi danh tập thể hình, mà động cơ thôi thúc họ không chỉ bởi nhu cầu giữ gìn sức khỏe nhưng cũng bởi khao khát có vóc dáng chuẩn. Chắc chắn không phải ngẫu nhiên khi tỉ lệ nam giới đi phẫu thuật gia tăng đồng thời với việc ngày càng xuất hiện nhiều hình ảnh nam giới bán khỏa thân khoe cơ thể săn chắc trong những tạp chí và trên phim ảnh. Naomi Wolf đã nhận xét: "Những người làm quảng cáo gần đây đã nhận ra rằng khai thác sự tự tin đầy khêu gợi

5. *London Times* (24 May 2005).
6. *London Times* (7 Nov. 2005).

sẽ thu hút mọi đối tượng giới tính... nam giới bây giờ thích nhìn vào gương thay vì nhìn vào các cô gái."[7]

"Thứ tôi ăn định nghĩa tôi là ai"

Mối quan tâm về cơ thể và ngoại hình sẽ dẫn đến một mối bận tâm khác về thức ăn. Khi 7000 phụ nữ trả lời một bảng câu hỏi trong tạp chí *Cosmopolitan* vào năm 1994, 66% công nhận là họ nghĩ về thức ăn rất nhiều hoặc lúc nào cũng nghĩ về nó, và 25% nói rằng lúc nào họ cũng trong chế độ ăn kiêng. Trong số những người ăn kiêng, thì 14% giảm cân bằng cách sử dụng thuốc nhuận tràng, 14% khác bằng cách nôn ra thức ăn và 7% sử dụng thuốc ức chế cảm giác ngon miệng.[8] Một số người trong số những phụ nữ đó có lẽ khôn ngoan khi tìm cách giảm cân vì lý do sức khỏe, nhưng chắc chắn nhiều người khác, những người có trọng lượng cơ thể ở mức hoàn toàn bình thường, lại thấy mình quá mập do so sánh với người mẫu và các ngôi sao điện ảnh mà hình ảnh của họ ngập tràn trên các tạp chí và trên màn ảnh. Những người ăn kiêng thường đặt ra cho chính họ những mục tiêu giảm cân thiếu thực tế và sau đó lại phải chịu đựng nỗi buồn ghê gớm vì thất bại và đánh mất giá trị bản thân khi họ không thể đáp ứng được những mục tiêu ấy. Kết quả chính là những nỗi đau buồn không thể nói ra và đôi khi, đáng buồn thay, là cả bệnh tật về thể chất và tâm lý. Không chỉ nữ giới mới phải khổ như thế. Mặc dù đa số những người

---

7. Wolf, *The Beauty Myth*, tr. 289.
8. Được trích dẫn trong M. Starkey, *Fashion and Style* (Crowborough, UK: Monarch, 1995), tr. 174.

bị ảnh hưởng bởi chứng biếng ăn và chứng cuồng ăn là nữ giới, nhưng nam giới gặp những chứng bệnh ấy trong những năm gần đây cũng gia tăng về số lượng.

"Đồ tôi mặc định nghĩa tôi là ai"

Cách chúng ta nghĩ về phục trang cũng phản ánh mối quan tâm về diện mạo của chúng ta. Trang phục đã từng phản ánh một nhân dạng đã được định sẵn. Người ta ăn mặc theo kiểu mà tất cả mọi người khác cũng mặc trong ngành nghề hoặc địa vị của họ. Giờ đây, trang phục ngày càng trở thành một phương tiện tạo nên nhân dạng. Tôi có thể chọn kiểu người tôi muốn trở thành qua quần áo tôi mặc. Chúng ta có thể thấy điều này rất rõ trong cách chọn lựa thời trang của các em thiếu niên. Qua một đêm, một em thiếu niên có thể trở thành một người ở thập niên 80, người cuồng nhạc rock hoặc một gã đầu trọc chỉ đơn giản thông qua cách phục trang phù hợp. Chúng có thể thuyết phục chính mình rằng hình ảnh của chúng là một cách thể hiện sự nổi loạn, nhưng không phải thế. Đó là hành động của việc đi theo một trào lưu nào đó. Chúng đi theo phong cách của một nhóm người cụ thể bởi vì chúng đang cố hết sức tìm kiếm sự chấp thuận trong vòng nhóm người ấy và khao khát có được cảm giác thuộc về cũng như nhân dạng qua trang phục mà chúng mặc.

Nhiều người trong chúng ta cũng giống hệt các em thiếu niên này theo những cách thức khác nhau. Việc chúng ta quan tâm người khác nghĩ gì về mình thường chi phối cách chúng ta chọn lựa quần áo. Kết quả là, áo quần trở nên vô cùng quan trọng đối với chúng ta. Chúng ta phí phạm hàng giờ, thậm chí hàng ngày, lo nghĩ về chuyện sẽ mặc gì trong một dịp cụ thể nào đó. Chúng ta tiêu rất nhiều tiền để thêm vào tủ quần áo vốn đã đầy của mình bằng những bộ váy áo mà hiếm khi chúng ta mặc đến.

"Thứ tôi mua quyết định tôi là ai"

Hình ảnh bản thân không chỉ giới hạn trong ngoại hình. Nó là tổng hòa của nhiều thứ mà tôi có thể xây dựng từ những thứ tôi mua được. "'Cái tôi' đã trở thành [giống như đất sét], được nhào nặn và tạo hình bởi ý chí. Nó là một món hàng được thiết kế và sau đó được bán thông qua lối sống mua sắm."[9] Trong cách chọn xe, chọn cách trang hoàng nhà cửa, chọn nhạc hoặc DVD tôi có cơ hội "tạo nên" mình , hoặc ít nhất cách tôi muốn người khác nhìn tôi. Một nhà báo đã bén nhạy nhận ra:

> Chủ nghĩa tiêu thụ là lực đẩy chính tạo hình nên văn hóa của chúng ta ngày nay. Đó là lực đẩy khiến chúng ta phải mua đồ không phải vì chúng ta cần, nhưng bởi chúng cho chúng ta một nhân dạng và chúng tượng trưng cho chúng ta. Điều này đã được phương tiện truyền thông như tạp chí, các chương trình truyền hình, các chương trình quảng cáo, phim ảnh cổ súy. Chúng ta biết người lái chiếc

9. Starkey, *Fashion and Style.* Tr. 162

xe Volvo là người như thế nào và họ khác biệt ra sao so với những người lái chiếc Renault Clio.[10]

Nhân dạng của chúng ta được định nghĩa bởi việc chúng ta uống bia hay rượu, uống Pepsi hay Coca, sử dụng máy tính để bàn hay dùng Macbook; đọc *Thời báo* hay báo lá cải; nghe Chopin hay Coldplay; và đi cắm trại hay đi du thuyền.

"Việc tôi làm định nghĩa tôi là ai"

Nghề nghiệp của chúng ta cũng quyết định cách chúng ta nhìn chính mình và cách người khác nhìn chúng ta. Thước đo bản năng của chúng ta nhanh chóng đánh giá người khác cao hơn hoặc thấp hơn chúng ta. Hầu như ai trong chúng ta cũng muốn càng lên cao trong chiếc thước ấy càng tốt và muốn là một người thành đạt trong thế giới công việc. Đôi khi, dù không nhận ra, nhưng chúng ta vẫn mang tư duy ấy vào trong đời sống hội thánh. Việc được giao những trách nhiệm cụ thể nào đó – không phải để giúp chúng ta phục vụ Chúa và người khác tốt hơn, mà để chúng ta thiết lập một chỗ đứng đáng trọng - cũng trở nên quan trọng đối với chúng ta. Đáng buồn thay, động cơ của chúng ta đối với ngay cả công việc Chúa cũng có thể bị vấy bẩn bởi khao khát được đứng cao hơn người khác.

Đối với một số người, ham muốn thành công là điều vô cùng quan trọng. Cựu vô địch quyền Anh hạng nặng Floyd

---

10. R. Valerio, "If the Shoe Fits, Don't Buy It!" *Idea Magazine* (Nov./Dec. 1999), tr. 30–32

Paterson phải mang theo một túi đầy đồ cải trang đến mỗi trận đấu. Sau trận đấu đó, nếu anh không thể rời phòng thay đồ như một người chiến thắng, ít nhất anh cũng có thể ra về như một người khác. Thất bại là điều không thể tưởng tượng nổi.[11] Đối với tất cả những ai tìm nhân dạng của mình trong công việc cũng vậy: học sinh thì học dưới áp lực thường trực là phải làm sao đạt được điểm số thật cao; các bà mẹ lại điên cuồng nổ lực để trở thành bà mẹ siêu nhân: vừa làm việc trọn thời gian, vừa vắt chân lên cổ chăm sóc con cái, vừa giữ cho nhà cửa gọn gàng, ngăn nắp và bản thân cũng phải dễ nhìn; hay nhân viên phải làm việc không ngừng và thậm chí có thể phải hy sinh cả những giá trị đạo đức hoặc các mối quan hệ của mình hầu tìm kiếm một sự thăng tiến.

Vậy thì chúng ta thấy điều gì?

Cách chúng ta nhìn chính mình

Ám ảnh về hình ảnh bản thân trong nền văn hóa chúng ta đang sống chắc hẳn tác động trên tất cả chúng ta. Chẳng có gì ngạc nhiên khi ý thức về nhân dạng và sự an toàn của chúng ta thường quá mỏng mảnh, bởi vì nó bị giam hãm trong vẻ bề ngoài của chúng ta, điều gì xảy ra khi chúng ta già đi và cơ thể này tàn tạ? "Từng nốt tàn nhang mới, mỗi cân nặng tăng lên hoặc mỗi sợi tóc bạc là một bi kịch con con."[12] "Nếu nền tảng của hình ảnh bản thân không nằm ở

---

11. G. MacDonald, *When Men Think Private Thoughts* (Nashville, TN: Thomas Nelson, 1996), tr. 4.
12. James, *God's Design for Women*, tr. 259.

điều gì sâu sắc hơn vẻ bề ngoài thật hào nhoáng và những lời khen ngợi từ người khác, thì nó rất dễ bị phá hủy... Việc chọn nhầm một [đôi giày] có thể đồng nghĩa với cảm nhận đổ vỡ về giá trị bản thân."[13] Và nếu mọi thứ đều lệ thuộc vào sự thành công của tôi, thì điều gì sẽ xảy ra khi tôi thất bại?

Cách chúng ta nhìn người khác

Hầu như chúng ta ai cũng vô thức thừa hưởng một tư duy tiêu thụ, ngay cả trong cách chúng ta tiếp cận với con người. Chúng ta nhìn mối liên hệ của mình với người khác chủ yếu dựa trên cách họ sẽ làm tăng (hoặc làm giảm đi) hình ảnh bản thân của chúng ta. Vì thế chúng ta tìm cách chơi với những người đẹp, người được nhiều người vây quanh. Và chúng ta tránh chơi với những người khác, bởi vì bị nhìn thấy đi với họ có lẽ không tốt cho "hình ảnh bên ngoài" của chúng ta. Bạn bè, con cái, thậm chí vợ/chồng của chúng ta đều trở thành những phụ kiện hữu dụng để cải thiện hình ảnh bản thân của chúng ta.

Cách chúng ta nhìn Đức Chúa Trời

Chúng ta càng để mình bị tiêm nhiễm bởi nếp nghĩ của thế gian bao nhiêu, thì chúng ta càng lạc trôi ra xa khỏi Đức Chúa Trời bấy nhiêu. Chúng ta phải đối diện với thực tế đó là cam kết hết lòng với Đấng Christ sẽ không góp phần xây dựng hình ảnh hào nhoáng cho bản thân chúng ta trong mắt mọi người. Chúng ta theo Chúa Giê-xu, Đấng "đã bị người ta khinh rẻ và chối bỏ" (Ê-sai 53:3). Vừa sống cho Chúa Giê-

---

13. Starkey, "Who Am I?" *CPAS, CY Magazines*, tr. 14.

xu vừa sống để xây dựng hình ảnh bản thân là chuyện bất khả thi. Lá thư của Gia-cơ trong Tân Ước đưa ra cho chúng ta một lựa chọn khắc nghiệt: "Nầy những kẻ ngoại tình kia! Anh em không biết rằng kết bạn với thế gian là thù nghịch với Đức Chúa Trời sao? Cho nên, người nào muốn kết bạn với thế gian, thì người ấy tự biến mình thành kẻ thù của Đức Chúa Trời" (Gia-cơ 4:4).

2. Đức Chúa Trời ban cho chúng ta nhân dạng mới trong Đấng Christ

Món quà đầy ân huệ của Đức Chúa Trời

Cuối cùng, chúng ta tìm được nhân dạng và sự an toàn trong Đức Chúa Trời và trong mối quan hệ của chúng ta với Ngài. Mặc dù việc chúng ta không nhận thức được mình là ai trong Đấng Christ có thể trở nên rõ ràng hơn trong những năm gần đây bởi rất nhiều yếu tố văn hóa, nhưng đó không phải là hiện tượng của thời hiện đại. Việc chúng ta tách mình khỏi Đức Chúa Trời bắt nguồn từ sự sa ngã. Chúng ta đánh mất nhân dạng và sự an toàn thật sự của mình ngay thời khắc chúng ta quay lưng lại với Đức Chúa Trời. Kể từ đó, chúng ta cố gắng để lấp đầy khoảng trống ấy bằng những nỗ lực bản thân. Chúng ta tự tìm cách khôi phục nhân dạng đã mất và tìm sự chấp nhận cũng như sự an toàn mà không cần sự trợ giúp từ Chúa. Nhưng việc giảm cân và tập thể dục, phong cách thời trang thanh lịch cùng việc làm theo cách của mình để có thể leo lên nấc thang sự nghiệp và học hành sẽ không bao giờ mang lại hiệu quả; chúng ta không thể cứu lấy chính mình. Hy vọng duy nhất của chúng ta ở nơi Đức Chúa Trời. Nếu chúng ta muốn được giải phóng khỏi nỗi ám ảnh của thế giới về hình ảnh bản thân, chúng ta phải ngừng tập trung vào những gì chúng ta tìm cách tạo nên cho chính mình, thay vào đó, chúng ta nhìn lên Chúa và những gì chỉ một mình Ngài có thể ban tặng cho chúng ta. Không bao giờ chúng ta có thể tự tìm được nhân dạng thật sự cho chính mình; chúng ta chỉ có thể đón nhận nó trong Đấng Christ như một món quà ân huệ của Đức Chúa Trời.

Một địa vị mới

Trong thư gửi cho người Cô-lô-se, Phao-lô đã chống lại những giáo sư giả, là những người làm cho tín hữu hoang mang. Mở đầu đoạn ba, phần Kinh Thánh đã xuất hiện ở đầu chương này, vị sứ đồ ấy đã tập trung vào nếp sống Cơ Đốc. Các giáo sư giả là những người theo chủ nghĩa câu nệ luật pháp. Họ thúc giục người khác phải vâng giữ tất cả những nguyên tắc và luật lệ vốn đã quá xa rời các nguyên tắc của Thánh Kinh: "Chớ lấy, chớ nếm, chớ sờ" (2:21). Cách lập luận sai lầm, cong quẹo của họ dẫn họ đến chỗ tin rằng mối liên hệ của họ với Đức Chúa Trời lệ thuộc vào những gì họ làm cho Ngài. Ngược lại, Phao-lô lại quả quyết rằng việc chúng ta được Đức Chúa Trời chấp nhận không phụ thuộc vào những gì chúng ta làm cho Ngài, mà là những gì Ngài đã làm cho chúng ta qua Đấng Christ. Chúng ta không được kêu gọi sống cuộc đời thánh khiết để có được sự bảo đảm rằng

Đức Chúa Trời chấp nhận chúng ta. Qua Đấng Christ, các tín hữu Cơ Đốc đã có một địa vị mới, là những người hoàn toàn công chính trước mặt Đức Chúa Trời. Nhân dạng mới, được Đức Chúa Trời ban cho cách đầy ân huệ qua Đấng Christ, là nền tảng mà qua đó Phao-lô kêu gọi chúng ta sống đời tin kính.

Ở đây không phải là chỗ cho chúng ta giải nghĩa cả phân đoạn Cô-lô-se 3:1–4. Tâm điểm của chúng ta là phân đoạn đó dạy gì về nhân dạng mới của chúng ta trong Đấng Christ. Tất cả các tín hữu Cơ Đốc đều đã được sống lại với Đấng Christ và được đổi mới trở nên giống Đấng Christ.

Sống lại với Đấng Christ

> [1]Vậy nếu anh em đã được sống lại với Đấng Christ, hãy tìm kiếm những điều ở trên trời, nơi Đấng Christ ngồi bên phải Đức Chúa Trời. [2]Hãy chú tâm vào những điều ở trên trời, đừng chú tâm đến những điều ở dưới đất, [3]vì anh em đã chết, sự sống của mình đã giấu với Đấng Christ trong Đức Chúa Trời. [4]Khi nào Đấng Christ là sự sống của anh em hiện ra, lúc ấy anh em cũng sẽ hiện ra với Ngài trong vinh quang.

Cô-lô-se 3:1–4

Người tin Chúa không phải tìm kiếm nhân dạng cho mình; chúng ta đã được ban cho một nhân dạng trong Đấng Christ. Thông tin quan trọng nhất về tôi không phải là tôi là người Việt hay người Hoa, người da vàng hay da trắng, còn độc thân hay đã lập gia đình, dị tính luyến ái hay đồng tính luyến ái, thợ xây hay vũ công ba-lê. Trên hết tất cả, tôi là một Cơ Đốc nhân. Nói theo cách Phao-lô đã từng sử dụng để nói về mình, đó là: Tôi là "một người trong Đấng Christ" (2 Cô 12:2).

Khi lần đầu cha mẹ đem một đứa trẻ đến nhà thờ, lúc nào cũng có một đám đông vây quanh đứa bé ấy. Tôi cố tỏ ra vẻ mình là một mục sư biết quan tâm đến tín đồ nên cũng chào đón bé bằng câu nói: "Con gái đáng yêu quá đi! Con tên gì vậy?" Người cha không thể không đáp lại với vẻ mặt lạnh tanh: "Thằng bé tên John ạ." Ai đó có lẽ cố gắng cứu chữa tình thế bằng cách hỏi: "Lần đầu ba mẹ đưa cu tí đi nhà thờ phải không?" Phụ huynh trả lời: "Vâng, cháu mới sinh hôm thứ Hai", nhưng có thể nói là thằng bé thật ra đã đi nhà thờ được chín tháng rồi. Bé là một với mẹ trong bụng mẹ. Khi mẹ đi nhóm thì cháu cũng đi theo với mẹ; và nếu chúng ta đặt lòng tin cậy nơi Đấng Christ, thì chúng ta ở trong Ngài. Điều gì xảy ra cho Ngài cũng đã xảy ra cho chúng ta.

Cụm từ "trong Đấng Christ" xuất hiện 164 lần trong những thư tín của Phao-lô. Nó nói về việc được liên hiệp làm một và gắn chặt với Ngài. Đó là thực tại nằm sau những lời Phao-lô nói trong Cô-lô-se 3:1–4. Chúng ta đã "chết với Đấng Christ" (2:20; 3:3), đã "sống lại với Đấng Christ" (3:1) và, khi Ngài trở lại, chúng ta "hiện ra với Ngài trong vinh quang" (3:4).

Kết quả khi chúng ta được liên hiệp với Đấng Christ là sự chết và sự sống lại của Ngài không còn đơn thuần là những sự kiện lịch sử nữa. Chúng là những sự kiện mà trong đó chúng ta được dự phần và chứa đựng những hàm ý to lớn đối với chúng ta trong hiện tại. Chúng ta là những con người mới. Đối với Chúa, con người cũ của tôi, bản chất tội lỗi của tôi, đã không còn và tôi đã nhận được sự sống mới qua đức tin nơi Đấng Christ. Tôi đã được sống lại với Ngài. Như Phao-lô viết cho người Cô-rinh-tô: "Vậy, nếu ai ở trong Đấng Christ, người ấy là tạo vật mới, những gì cũ đã qua đi, nầy, mọi sự đều trở nên mới" (2 Cô 5:17).

Khi ấy tôi sẽ thấy gì?

Cách tôi nhìn chính mình

Những chân lý vĩ đại đó phải tác động sâu sắc đến cách chúng ta nhìn chính mình. Có lẽ chúng ta có cách nhìn về bản thân khá thấp. Chúng ta rất ý thức rằng mình là người độc thân, người đã ly hôn, là con nuôi, là người khuyết tật, hoặc theo một cách nào đó chúng ta thấy mình không đạt đến ý niệm về sự hoàn hảo của riêng mình. Những thực tại đó có lẽ đã để lại những dấu ấn quan trọng trong đời sống chúng ta, nhưng chúng không quan trọng bằng mối quan hệ của chúng ta với Đấng Christ. Nhân dạng của chúng ta không nằm ở tình trạng hôn nhân, chủng tộc, nghề nghiệp, tình trạng sức khỏe, mà ở trong Đấng Christ.

Khi ngày càng tăng trưởng trong sự hiểu biết về thực tế này và trong sự đảm bảo của nhân dạng mới trong Đấng Christ, tôi sẽ ngày càng được giải phóng khỏi nỗi ám ảnh của thế giới về hình ảnh bản thân. Tôi không còn phải mải miết đeo đuổi sự chấp nhận của người khác; Đấng Tạo Hóa của hoàn vũ đã chấp nhận tôi. Tôi đã được giải phóng khỏi xiềng xích của việc e sợ những bạn bè đồng trang lứa nghĩ gì về tôi. Tôi không còn phải có vóc dáng chuẩn, không cần phải đeo đuổi con đường công danh sự nghiệp đáng mơ ước hay phải mặc những mốt mới nhất; Đức Chúa Trời đã chấp nhận và yêu tôi với con người thật sự của tôi.

Cách tôi nhìn người khác

Chúng ta phải áp dụng ý nghĩa quan trọng của việc nhân dạng của chúng ta ở trong Đấng Christ không phải chỉ vào cách chúng ta nghĩ về chính mình, nhưng còn vào thái độ của chúng ta với những người chúng ta yêu thương trong thế hệ tiếp nối. Các bậc phụ huynh Cơ Đốc nhiều khi có những khát vọng trần gian cho con cái y như những người bạn chưa tin Chúa. Nhiều người dường như quan tâm nhiều đến chuyện con cái có được những bằng cấp này bằng cấp nọ, có được một việc làm được nhiều người tôn trọng, sống ở chỗ tiện nghi thoải mái, lập gia đình và nuôi sống gia đình hơn là chuyện con cái họ biết Đấng Christ và trưởng thành trong sự nhận biết và yêu mến Ngài. Nhưng, theo quan điểm của Thánh Kinh, thì việc một người có gia đình, có lái chiếc xe hơi Mercedes, có sống trong một dinh thự và có là một giám đốc điều hành triệu phú hay không, hay chỉ là một người độc thân đi một chiếc xe cà tàng, sống trong một căn nhà cấp bốn tềnh toàng và là một người bán hàng rong vô sản, không phải là chuyện tối quan trọng. Điều tối quan trọng là việc chúng ta ở trong Đấng Christ và trông đợi để vui hưởng cõi đời đời với Ngài.

Được đổi mới trở nên giống Đấng Christ

> Chớ nói dối nhau vì đã lột bỏ người cũ cùng các công việc
> của nó mà mặc lấy người mới, là người đang được đổi mới
> trong nhận thức, theo hình ảnh Đấng tạo dựng người ấy.

Cô-lô-se 3:9–10

Một số người có ấn tượng rằng nếu họ tin Chúa thì cá
tính của họ sẽ bị mất dần và càng ngày họ càng không giống
người thường. Cách nghĩ đó lý giải một lời cảnh báo khẩn
của một tờ tạp chí dành cho các tân sinh viên, đó là họ cần
phải tránh xa mọi nỗ lực truyền đạo của các Cơ Đốc nhân:
"ĐỪNG ĐẦU HÀNG! Hãy nhớ rằng thà là một tên vô tín đáng
khinh, lạnh lùng và xấu xa trên hành tinh này còn tốt hơn là
trở thành một Cơ Đốc nhân được yêu thích nhất thế giới."[14]

Nhưng Đấng Christ làm cho chúng ta trở nên người
hơn, chứ không phải là ít hơn. Nhân loại được tạo dựng
"theo hình ảnh của Đức Chúa Trời" (Sáng 1:27) để phản
chiếu vinh hiển của Ngài thông qua việc chúng ta giống
Ngài. Hình ảnh đó bị bóp méo bởi sự nổi loạn chống lại
Đức Chúa Trời của con người vào thời điểm sa ngã và vì
thế chúng ta không còn là người đúng như lúc được tạo
dựng. Nhưng, trong tình yêu thương quảng đại của Ngài,
Đức Chúa Trời đã quyết tâm phục hồi chúng ta đến nỗi đã
sai Con Ngài là Chúa Giê-xu đến để làm Đấng Cứu Chuộc
chúng ta. Ngài là con người toàn hảo: "là hình ảnh của Đức
Chúa Trời vô hình" (Côl 1:15). Mặc dù Ngài sống một cuộc

---

14. *New Musical Express Student Guide* (2000).

đời không tì vết và không làm gì đáng chịu tội chết, nhưng Ngài phải đối diện với án tử thế cho tội nhân. Kết quả là, giờ đây khi chúng ta đặt lòng tin nơi Ngài thì chúng ta có thể trở thành những con người mới. Chúng ta đã "cởi bỏ" "cái tôi cũ" của mình và "mặc lấy con người mới". Chúng ta đã có một nhân dạng mới trong con mắt Đức Chúa Trời: không còn là những người có tội nữa, mà là những người công chính hoàn toàn trước mặt Ngài. Đó chắc chắn không nhờ vào bất cứ sự công chính nào trong chính chúng ta; nhưng đó hoàn toàn là bởi Đấng Christ.

Giờ đây, nhờ Thánh Linh, Đức Chúa Trời cam kết thay đổi chúng ta để hành vi của chúng ta ngày càng trở nên phù hợp với danh tính mới của mình. Ngài làm cho chúng ta ngày càng trở nên giống Đấng Christ hơn và vì thế càng ngày càng giống với con người mà Ngài muốn tạo nên trong chúng ta hơn: "được đổi mới... theo hình ảnh Đấng tạo dựng người ấy" (Côl 3:10). Tiến trình đó sẽ chỉ hoàn tất sau khi Đấng Christ trở lại, khi ấy "chúng ta sẽ giống như Ngài, vì chúng ta sẽ thấy Ngài như Ngài vốn có vậy" (1 Giăng 3:2), nhưng tiến trình ấy bắt đầu trong đời này.

Khi mỗi kỳ thi đấu thể thao bắt đầu một mùa giải mới, luôn luôn có những cầu thủ nổi bật chuyển sang chơi cho các đội khác. Họ không thể nào đi chơi trong màu áo cũ nữa; họ phải mặc đồng phục của đội tuyển mới. Tương tự, là những người giờ đây đã thuộc về Đấng Christ, chúng ta phải thay đổi. Phao-lô khuyên giục chúng ta: "Anh em là những người được tuyển chọn của Đức Chúa Trời, là người thánh và rất yêu dấu. Vậy, hãy mặc lấy lòng thương xót, nhân từ, khiêm nhường, mềm mại, nhịn nhục" (Côl 3:12). Cách sống tội lỗi khi xưa của chúng ta không còn xứng hợp nữa; là người thuộc về Đấng Christ, chúng ta phải sống theo cách của Đấng Christ. Mục tiêu tối thượng của Đức Chúa Trời cho cuộc đời chúng ta là chúng ta sẽ trở nên giống như Con Ngài. Đó là ý định của Ngài từ cõi đời đời: "những người Ngài đã biết trước thì Ngài cũng định sẵn cho họ trở nên giống như hình ảnh Con Ngài, để Con ấy được làm Con trưởng giữa nhiều anh em" (Rô 8:29).

Ưu tiên của Đức Chúa Trời cho cuộc đời chúng ta

Những chân lý này thách thức thứ tự ưu tiên của chúng ta. Cơ Đốc nhân chúng ta rất hay bắt chước những người xung quanh trong việc quan tâm xây dựng nhân dạng để thể hiện trước mọi người. Chúng ta có cùng ám ảnh về ngoại hình, về chuyện ăn kiêng, về thời trang, về lối sống tiêu thụ, về sự nghiệp và tất cả những thành phần khác của cái tôi giả tạo mong manh và chóng qua mà chúng ta gọi là "hình ảnh bản thân". Nhưng người tin Chúa được kêu gọi để sống với một nếp suy nghĩ khác. Chúng ta không được tự tạo ra nhân dạng cho riêng mình, nhưng đúng hơn chúng ta được kêu gọi để tiếp nhận một nhân dạng mới trong Đấng Christ. Chúng ta không được xây dựng hình của riêng mình, nhưng trái lại, cần hợp tác với Chúa trong công tác vĩ đại của Ngài đó là phục hồi chúng ta theo hình ảnh của Ngài.

John Stott là một diễn giả trung thành trong suốt nhiều năm tháng. Ông đã viết: "Đôi khi trong một bài phỏng vấn trên báo, trên đài phát thanh hoặc truyền hình, tôi được hỏi rằng vào tuổi tôi liệu tôi còn có ước vọng gì nữa không. Giờ đây tôi luôn luôn trả lời: 'Có chứ, ước vọng lớn nhất của tôi (và tôi tin rằng vẫn sẽ là ước vọng của tôi cho đến khi tôi qua đời) đó là tôi có thể trở nên giống Đấng Christ hơn một chút.'"[15] Đó là nỗi khao khát mãnh liệt mà tất cả các Cơ Đốc nhân đều nên có. Tôi có đạt chuẩn hình ảnh của Hollywood hay không không phải là điều thật sự quan trọng; nhưng việc tôi lớn lên theo hình ảnh của Đức Chúa Trời là tối cần thiết. Có thể tôi không phản chiếu lý tưởng hiện hành mà thế giới nói rằng tôi cần phải theo đuổi. Tôi quá béo hoặc quá gầy; mũi tôi quá cao hoặc quá thấp; tôi quá lùn hoặc quá cao. Thì sao chứ! Điều quan trọng là tôi phản chiếu hình ảnh của Đức Chúa Trời.

---

15. J. Stott, *The Contemporary Christian* (Leicester, UK: IVP, 1995), tr. 157.

Chương 2

DỤC VỌNG

Mùa xuân là thời điểm các vua thường ra quân chinh chiến. Đa-vít sai Giô-áp cùng với các thuộc hạ của mình và toàn thể Y-sơ-ra-ên đánh giặc; họ cướp phá người Am-môn và bao vây thành Ráp-ba. Nhưng Đa-vít ở lại Giê-ru-sa-lem.

^{2}Một buổi chiều kia, Đa-vít đứng dậy khỏi giường mình và đi dạo trên mái bằng cung điện. Từ trên mái bằng, vua thấy một phụ nữ rất đẹp đang tắm. ^{3}Đa-vít sai người dọ hỏi về người phụ nữ ấy thì người ta thưa rằng: "Đó chính là Bát Sê-ba, con gái của Ê-li-am, vợ của U-ri, người Hê-tít." ^{4}Đa-vít sai người bắt nàng vào cung. Khi nàng đến, vua nằm với nàng. (Khi ấy nàng vừa thanh tẩy sau kỳ ô uế). Rồi nàng trở về nhà. ^{5}Người phụ nữ thụ thai. Nàng sai người báo cho Đa-vít: "Tôi có thai."

^{6}Đa-vít sai người nói với Giô-áp: "Hãy bảo U-ri, người Hê-tít, về gặp ta." Vậy, Giô-áp gọi U-ri về gặp Đa-vít. ^{7}Khi U-ri đến, Đa-vít hỏi thăm về Giô-áp và quân lính có bình an không, và chiến sự thế nào. ^{8}Rồi Đa-vít nói với U-ri: "Hãy đi xuống nhà người và rửa chân đi." Vậy, U-ri đi ra khỏi cung vua và có người đem một món quà(p) của vua theo sau ông. ^{9}Nhưng U-ri ngủ tại cổng cung điện cùng với tất cả thuộc hạ của chúa mình, chứ không về nhà. ^{10}Khi người ta thuật với Đa-vít rằng: "U-ri không đi xuống nhà ông ta," thì Đa-vít hỏi U-ri: "Chẳng phải ngươi đi đường xa mới về ư? Tại sao ngươi không về nhà của ngươi?" [11]U-ri thưa với Đa-vít: "Hòm Giao Ước cũng như dân Y-sơ-ra-ên và Giu-đa đang ở trong lều, chủ tướng tôi là Giô-áp cùng với các đầy tớ chúa tôi đang cắm trại ngoài đồng, còn tôi lại về nhà để ăn uống và ngủ với vợ mình sao? Thật như bệ hạ và linh hồn của bệ hạ vẫn sống, tôi chẳng bao giờ làm một việc như thế!" [12]Đa-vít nói với U-ri: "Hôm nay hãy ở lại đây, rồi mai ta sẽ sai ngươi đi." Vậy, U-ri ở lại Giê-ru-sa-lem ngày hôm đó và hôm sau. [13]Đa-vít mời ông ăn uống với mình, và ép ông uống say. Nhưng chiều tối, U-ri ra ngủ trên giường(q) với các đầy tớ của chúa mình, chứ không đi về nhà.

Đa-vít khiến U-ri bị giết

[14]Sáng hôm sau, Đa-vít viết thư cho Giô-áp, và gửi U-ri mang đi. [15]Trong thư vua viết rằng: "Hãy đặt U-ri tại tiền tuyến, nơi hiểm nguy nhất của chiến trận,rồi hãy rút ra xa, để hắn bị đánh và chết đi." [16]Vậy nên khi vây thành, Giô-áp đặt U-ri tại nơi mà ông biết có quân thù mạnh mẽ nhất. [17]Quân trong thành kéo ra giao chiến với Giô-áp, và một số người trong các đầy tớ Đa-vít ngã chết. U-ri, người Hê-tít, cũng chết. [18]Giô-áp sai người tâu trình cho Đa-vít tất cả diễn tiến của trận chiến. [19]Và ông dặn người đưa tin: "Khi ngươi đã tâu trình cho vua tất cả diễn tiến của trận chiến xong, [20]nếu vua nổi giận nói với ngươi rằng: 'Tại sao các ngươi đến gần thành quá để giao chiến? Các ngươi không biết rằng địch sẽ từ trên tường thành bắn xuống sao? [21]Ai đã giết A-bi-mê-léc, con của Giê-rút-bê-sết? Chẳng phải một phụ nữ từ trên tường thành ném một thớt cối đá xuống ông, và ông ta đã chết tại Tê-bết đó

sao? Tại sao các ngươi đến gần tường thành như vậy?' Bấy giờ,ngươi sẽ nói: 'Đầy tớ của bệ hạ là U-ri, người Hê-tít, cũng chết nữa.'"

²²Vậy, người đưa tin ra đi và đến tâu trình cho Đa-vít mọi điều Giô-áp đã dặn. ²³Người đưa tin tâu với Đa-vít: "Ban đầu quân địch mạnh hơn,xông ra đánh chúng tôi ngoài đồng; nhưng chúng tôi đẩy lui chúng cho đến lối vào cổng thành. ²⁴Từ trên tường thành, lính bắn cung đã bắn những đầy tớ của bệ hạ, có vài người bị chết;cả đầy tớ của bệ hạ là U-ri, người Hê-tít, cũng chết nữa." ²⁵Đa-vít nói với sứ giả: "Ngươi hãy nói với Giô-áp thế nầy:'Đừng quá nặng lòng về điều nầy, vì gươm đao khi giết kẻ nầy, lúc giết kẻ khác.Hãy khích lệ ông ấy tấn công mạnh mẽ hơn và phá hủy thành.'"

²⁶Khi vợ U-ri nghe tin U-ri, chồng mình, đã chết thì than khóc chồng. ²⁷Khi đã mãn tang, Đa-vít sai người rước bà vào cung; bà trở thành vợ vua và sinh cho vua một con trai.

Nhưng Đức Giê-hô-va không hài lòng điều Đa-vít đã làm.

Na-than khiển trách Đa-vít

¹Đức Giê-hô-va sai Na-than đến với Đa-vít. Ông đến nói với vua: "Trong một thành kia có hai người, một người giàu và một người nghèo. ²Người giàu thì có rất nhiều chiên bò, ³nhưng người nghèo thì chẳng có gì ngoài một con chiên cái nhỏ mà người ấy đã mua được. Ông ta nuôi nó lớn lên bên ông cùng với con cái của ông. Nó ăn thức ăn, uống thức uống của ông và ngủ trong lòng ông. Nó như con gái của ông ta vậy. ⁴Một hôm, có một người khách đến thăm người giàu. Người giàu tiếc của, không muốn bắt chiên bò

của mình để dọn một bữa ăn đãi khách, nhưng lại bắt con chiên con của người nghèo và dọn cho người khách đã đến thăm ông." [5]Đa-vít rất tức giận người giàu ấy, và nói với Na-than: "Thật như Đức Giê-hô-va hằng sống, người đã làm điều nầy quả đáng chết! [6]Hắn phải bồi thường bốn lần giá chiên con, vì đã làm điều nầy và vì không có lòng thương xót."

[7]Bấy giờ, Na-than nói với Đa-vít: "Bệ hạ chính là người đó! Giê-hô-va Đức Chúa Trời của Y-sơ-ra-ên phán: 'Ta đã xức dầu lập ngươi làm vua Y-sơ-ra-ên, Ta đã giải cứu ngươi khỏi tay Sau-lơ. [8]Ta đã ban cho ngươi nhà của chúa ngươi, và trao vào lòng ngươi các vợ của người. Ta đã cho ngươi cả nhà Y-sơ-ra-ên và Giu-đa; và nếu bấy nhiêu còn quá ít, thì Ta sẽ ban thêm cho ngươi nhiều hơn nữa. [9]Tại sao ngươi đã xem thường lời của Đức Giê-hô-va mà làm điều ác trước mặt Ngài? Ngươi đã dùng gươm của người Am-môn giết U-ri, người Hê-tít, lấy vợ nó làm vợ ngươi. [10]Bây giờ, vì ngươi đã khinh để Ta, và cướp vợ U-ri, người Hê-tít, làm vợ ngươi, nên gươm sẽ không bao giờ ngừng hủy hoại nhà của ngươi.' [11]Đức Giê-hô-va phán: 'Nầy, từ trong chính nhà của ngươi, Ta sẽ khiến tai họa giáng trên ngươi. Ta sẽ bắt các vợ ngươi trước mắt ngươi trao cho người lân cận ngươi, nó sẽ nằm với các vợ ngươi giữa thanh thiên bạch nhật. [12]Ngươi đã làm điều đó một cách thầm kín, nhưng Ta sẽ làm việc nầy trước mặt toàn thể Y-sơ-ra-ên giữa thanh thiên bạch nhật.'"

Đa-vít ăn năn tội

[13]Đa-vít nói với Na-than: "Ta đã phạm tội với Đức Giê-hô-va." Na-than nói với Đa-vít: "Đức Giê-hô-va cũng đã xóa tội

cho bệ hạ, bệ hạ không chết đâu. [14]Tuy nhiên, bởi việc nầy, bệ hạ đã tạo cơ hội cho những kẻ thù của Đức Giê-hô-va xúc phạm đến Ngài, nên con trai đã sinh cho bệ hạ sẽ phải chết."

2 Sa-mu-ên 11:1–12:14

Một trận chiến đối với tất cả chúng ta

Tôi đang đưa ra hai giả định khi tôi bắt đầu chương sách này. Giả định đầu tiên đó là dục vọng là chủ đề mà tất cả chúng ta đều khá quan tâm. Tính dục là một phần rất riêng tư của đời sống chúng ta mà chúng ta thường không hay nói đến. Vì thế, có thể chúng ta cảm thấy khó tin rằng người khác cũng kinh nghiệm ham muốn mãnh liệt y như chúng ta vậy. Nhưng, dĩ nhiên, dục vọng cũng là điểm chung của tất cả chúng ta – ngay cả khi bản chất cụ thể của những tranh chiến và những cám dỗ của chúng ta khác nhau.

Giả định thứ hai của tôi đó là tất cả chúng ta đều cảm thấy mình là kẻ thất bại trong lĩnh vực này. Đối với nhiều người, đặc biệt với nam giới, đây là cuộc chiến mà họ ý thức rõ ràng nhất trong nếp sống Cơ Đốc, và là trận chiến mà họ cảm thấy mình yếu đuối nhất. Vì lý do đó, một số độc giả sẽ mở ngay ra chương này để đọc. Nếu bạn đang tìm kiếm một số lời chỉ dẫn đơn giản nhằm giúp bạn chiến thắng cám dỗ tình dục một lần đủ cả, thì bạn sẽ thất vọng, nhưng tôi tin rằng những điều sau đây sẽ làm mới lại quyết tâm chiến đấu với trận chiến đó và cho bạn hy vọng rằng bạn thật sự có thể tiến bộ trong cuộc chiến này.

Dục vọng là gì?

Chúng ta không nên nhầm lẫn khi đánh đồng tất cả những ham muốn tình dục với dục vọng. Đức Chúa Trời tạo nên chúng ta là những hữu thể có giới tính với những cảm xúc tình dục, bởi vậy chúng ta không nên ngại hay cảm thấy mặc cảm tội lỗi về tính dục của mình. Tình dục là một phần tốt lành trong sự sáng tạo của Đức Chúa Trời mà chúng ta nên cảm tạ Chúa; không ai trong chúng ta hiện diện ở đây nếu không có tình dục! Tình dục xuất hiện lần đầu tiên ngay đầu của Kinh Thánh. Sau khi tạo nên cả người nam và người nữ theo hình ảnh của Ngài (Sáng 1:27), Đức Chúa Trời truyền lệnh cho họ: "Hãy sinh sản, gia tăng gấp bội" (1:28). Chương 2 của sách Sáng thế Ký nói rõ rằng bối cảnh Chúa cho phép tình dục và sinh sản diễn ra là trong hôn nhân: "Bởi vậy, người nam sẽ lìa cha mẹ mà gắn bó với vợ mình, và cả hai trở nên một thịt" (2:24).

Đức Chúa Trời, Đấng Tạo Hóa yêu thương của chúng ta, đã ban cho chúng ta những ham muốn tình dục để người nam và người nữ có thể được kéo đến gần với nhau trong một mối quan hệ có cam kết trong hôn nhân và, nếu là ý muốn của Ngài, sinh con đẻ cái. Vì vậy, nếu chúng ta có ham muốn tình dục mạnh mẽ và từng trải những sự thu hút mãnh liệt đối với một ai đó khác giới, thì đó không phải là dục vọng; đó là điều tự nhiên. Đó là cách Đức Chúa Trời đã tạo dựng chúng ta. Nhưng điều đó không có nghĩa là chúng ta được phê chuẩn mọi ham muốn tình dục chúng ta có. Công trình sáng tạo toàn hảo ban đầu của Đức Chúa Trời đã bị phá hỏng bởi tội lỗi của con người vào thời điểm sa ngã. Kết quả là, mọi lĩnh vực trong đời sống của chúng ta đều đã bị phá hỏng, trong đó có cả lĩnh vực tình dục, mà giờ đây cũng trở thành một phần trong kế hoạch tạo dựng của Chúa mà qua đó chúng ta cũng có thể thể hiện những ham muốn tội lỗi của mình. Những ham muốn bại hoại đó là chất liệu cho dục vọng.

Một quyển sách khá hữu ích về chủ đề này định nghĩa dục vọng là: "Thèm khát về mặt tình dục những điều mà Đức Chúa Trời cấm... tham dục là muốn những gì bạn không có và những gì Chúa không định cho bạn có. Dục vọng vượt xa hơn sự thu hút, hơn việc trân quý cái đẹp, hoặc thậm chí hơn cả ham muốn tốt lành về tình dục... Dục vọng muốn đi ra khỏi những chỉ dẫn của Đức Chúa Trời để tìm sự thỏa mãn."[1] Tất cả là vì tôi: ham muốn của tôi và sự thỏa mãn của tôi; người khác thường chỉ là phụ thôi. Nhưng, trong thiết kế ban đầu của Đức Chúa Trời, tình dục trong hôn nhân phải là sự tự nguyện hiến dâng và tập trung vào người khác.

Ham muốn tội lỗi của chúng ta trong lĩnh vực này rất mạnh mẽ và đôi khi chúng ta cảm thấy việc chống cự lại nó gần như là không thể. Cuộc chiến này đặc biệt cam go bởi vì thế giới quanh ta nói với chúng ta rằng đừng chiến đấu làm gì cho rắc rối. Bạn có muốn lên giường với bạn trai hoặc bạn gái mình không? Thế gian nói: "Cứ làm đi! Ai chẳng làm thế! Đó là chuyện thường tình, tự nhiên mà!" Bạn có bị hấp dẫn

---

1. J. Harris, *Not Even a Hint* (Sisters, OR: Multnomah, 1993), tr. 18–19.

bởi hình ảnh khiêu dâm trong các tạp chí và trên internet không? Thế gian nói: "Có hại gì đâu! Mình thích thì mình cứ làm trong chốn riêng tư thôi." Bạn có ham muốn tình dục đồng giới? Thế gian nói: "Hành động đi! Hãy chấp nhận con người thật của bạn. Hãy là chính mình!" Bạn đã lập gia đình và thấy mình bị thu hút mãnh liệt bởi một người khác? "Cũng được mà!", thế gian nói. "Thủy chung chỉ là lý tưởng, nhưng không phải lúc nào thực tế cũng như vậy. Bạn phải sống thật với cảm xúc của mình." Bạn có bị cám dỗ với tình một đêm? Thế gian hỏi: "Ai cấm chứ? Có gì ghê gớm đâu nào; nó vẫn sạch sẽ về mặt thân xác mà." Ngược lại, Đức Chúa Trời phán: "Hãy tránh sự gian dâm" (1 Cô 6:18).

Vị anh hùng sa ngã

Để giúp chúng ta trong cuộc chiến chống lại dục vọng, chúng ta sẽ cùng nhau học từ ký thuật về sự kiện vua Đa-vít phạm tội ngoại tình với Bát-sê-ba trong 2 Sa-mu-ên 11–12. Sau khởi đầu sai lầm của chế độ quân chủ ở Y-sơ-ra-ên với vị vua gian ác Sau-lơ, hy vọng lớn lao gắn chặt vào Đa-vít, người kế vị Sau-lơ. Ông được Đức Chúa Trời lựa chọn và được Ngài chúc phước dồi dào. Trước 2 Sa-mu-ên 2, ông đã đánh bại các kẻ thù của Y-sơ-ra-ên và hiện được lập làm người cai trị trên cả xứ. Hòm giao ước, biểu tượng vĩ đại cho sự hiện diện của Đức Chúa Trời, đã được mang về thủ phủ của Đa-vít, tức Giê-ru-sa-lem, và nước Y-sơ-ra-ên vui hưởng một thời kỳ yên bình và thịnh vượng. Đa-vít đang ở trên đỉnh cao quyền lực cả trong tư cách một lãnh đạo chính trị lẫn lãnh đạo tâm linh. Ông là một người nam thật sự của Đức Chúa Trời; chúng ta chỉ cần đọc các thi thiên của ông cũng thấy được điều đó. Dẫu vậy, bất chấp nhiều phẩm tính tốt đẹp và những phước hạnh lớn lao mà ông nhận được từ Chúa, ông đã đầu hàng cám dỗ tình dục. Mặc dù Đức Chúa Trời tha tội cho ông, nhưng hậu quả của tội lỗi ông đã phạm thì có ảnh hưởng sâu rộng. Việc Đa-vít phạm tội ngoại tình đã đánh dấu một bước chuyển trong cuộc đời ông. Những chương kết của 2 Sa-mu-ên kể về câu chuyện đáng buồn đó là sự xuống dốc dần dần trong thẩm quyền của ông vào những năm cuối đời.

Nếu khôn ngoan, chúng ta sẽ học từ bài học lịch sử này. Trước nhất, nó nhắc nhở chúng ta rằng chúng ta không nên đặt lòng tin tuyệt đối nơi bất cứ con người nào. Ngay cả vị vua tin kính Đa-vít cũng chỉ là người từ bụi đất mà nên. Chúng ta không khỏi nhói lòng khi những người vĩ đại vấp ngã trong tội lỗi, ngay cả những người lãnh đạo thuộc linh vĩ đại, nhưng điều đó không nên làm chúng ta ngạc nhiên. Không ai được miễn nhiễm khỏi sự cám dỗ. Chúng ta cần cầu nguyện xin Chúa bảo vệ những người lãnh đạo của mình cách đặc biệt, bởi vì tội lỗi của họ sẽ gây ra hậu quả sâu rộng hơn. Và chúng ta nên cầu nguyện cho chính mình. Không có chỗ cho sự tự mãn khi chúng ta nghe tin một anh chị em trong Chúa vấp ngã về mặt đạo đức, hay khi chúng ta đọc phần ký thuật này về sự kiện Đa-vít phạm tội ngoại tình. Ngược lại, chúng ta cần nghĩ: "Người đó cũng có thể là tôi nữa."

Có bốn bài học chính rút ra từ phần ký thuật về sự vấp ngã của Đa-vít:

1. Hãy coi chừng những tình huống nguy hiểm
2. Đừng bước tiếp
3. Hãy nhớ dục vọng sẽ dẫn bạn đến đâu
4. Hãy lắng nghe lời Chúa

Chúng ta sẽ lần lượt xem xét từng bài học trên

1. Hãy coi chừng những tình huống nguy hiểm

Mùa xuân là thời điểm các vua thường ra quân chinh chiến. Đa-vít sai Giô-áp cùng với các thuộc hạ của mình và toàn thể Y-sơ-ra-ên đánh giặc; họ cướp phá người Am-môn và bao vây thành Ráp-ba. Nhưng Đa-vít ở lại Giê-ru-sa-lem.

Một buổi chiều kia, Đa-vít đứng dậy khỏi giường mình và đi dạo trên mái bằng cung điện. Từ trên mái bằng, vua thấy một phụ nữ rất đẹp đang tắm.

2 Sa-mu-ên 11:1–2a

Tạo việc cho những đôi tay nhàn rỗi

Tác giả của ký thuật này cho thấy rõ nơi ông nghĩ lẽ ra Đa-vít phải có mặt. Đa-vít đã chọn vui hưởng thú nhàn hạ trong cung điện của mình thay vì chịu đựng nỗi gian lao và những hiểm nguy của chiến trận. Đó chỉ là một buổi tối, chắc chắn chưa phải là giờ đi ngủ, nhưng Đa-vít lại đang ở trên giường.

Trong khi quân lính của mình bận rộn chiến đấu, thì vị vua này lại đang nghỉ ngơi vào buổi chiều muộn. Có rất nhiều chân lý trong câu thành ngữ: "Nhàn cư vi bất thiện" hay "Ma quỷ sẽ tìm việc làm cho những đôi tay rỗi rảnh." Dường như đó chính là vấn đề ở đây. Đa-vít thức dậy và đi dạo trên mái cung điện, và từ đó ông thấy một người đàn bà đẹp đang tắm. Chúng ta đều biết chuyện gì xảy ra tiếp theo.

Tôi tự hỏi: Khi ông nằm ườn ra trên giường, tâm trí ông có tìm đến những ý tưởng đầy dục vọng không? Có thể khi chúng ta buồn chả có gì làm là khi chúng ta dễ bị cám dỗ về tình dục nhất. Đó là khi trí tưởng tượng nhanh chóng lang thang đây đó trong lãnh địa mà lẽ ra nó không được đi vào, khi chúng ta lướt từ kênh tivi này đến kênh khác để xem có chương trình nào hay ho không hoặc lướt internet xem thử có gì thú vị. Trước giờ chúng ta nghĩ, Đa-vít có lẽ đã lên mái cung điện chỉ để hít thở không khí trong lành và việc ông nhìn thấy Bát-sê-ba hoàn toàn là tình cờ, nhưng có khi nào sự thật không chỉ đơn giản như thế? Không khó để tưởng tượng ra chuyện ông leo lên sân thượng với dục vọng có sẵn trong lòng, muốn tìm cách thỏa mãn đôi mắt mình bằng một hình ảnh say đắm nào đó. Mái của cung điện chắc hẳn đã cho người ta chỗ để ngắm thành phố một cách lý tưởng nhất. Có khi nào Đa-vít vẫn thường xuyên lên đó vào giờ này trong ngày, khi những người nữ đi tắm?

Đề phòng

Ở đây có một lời cảnh báo dành cho chúng ta. Dĩ nhiên chúng ta không thể tránh khỏi những cảnh tượng đầy cám dỗ hàng ngày, nhưng chúng ta có thể làm rất nhiều thứ để tránh những tình huống nguy hiểm. Trận chiến với dục vọng ác liệt nhất là khi nào? Có lẽ khi chúng ta có một ngày nghỉ mà không có kế hoạch sẽ làm gì hay khi chúng ta cảm thấy cô đơn nhất chăng? Nếu thế, chúng ta cần lên kế hoạch trước và đảm bảo rằng mình đã sắp xếp gặp gỡ bạn bè. Hay chúng ta đối diện với cuộc chiến này khi chúng ta đến một nơi cụ thể nào đó: một câu lạc bộ, nhà sách, cửa hàng DVD hay đi biển? Hay có lẽ là một chuyến nghỉ mát hoặc một chuyến công tác tới một nơi xa lạ mà không ai biết chúng ta là ai và chúng ta có thể trở thành "người vô danh"? Nếu thế, chúng ta có cần phải tới đó không? Hay chúng ta cần đảm bảo rằng mình đi chung với ai đó, hoặc ít nhất cũng cần phải nhờ họ cầu nguyện cho chúng ta để chúng ta chống cự cám dỗ?

Có một số hoàn cảnh nguy hiểm mà chúng ta không làm được gì nhiều để tránh, nhưng chúng ta có thể giúp chính mình trong trận chiến chống lại dục vọng bằng cách lớn lên trong sự tự ý thức về mình, qua đó chúng ta sẵn sàng khi thời điểm khó khăn đến. Chẳng hạn như, giai đoạn sau khi cưới một vài năm sẽ là giai đoạn đặc biệt thách thức: "chán cơm thèm phở sau bảy năm." Những hào hứng của những ngày đầu mới cưới đã hạ nhiệt và, rất có thể, con cái có thể đã chiếm mất đa phần thời gian và năng lượng của chúng ta. Vợ chồng đều đã mệt mỏi và có ít thời gian riêng dành cho nhau. Vợ chồng cần làm tất cả những gì có thể để duy trì và xây dựng tình cảm vợ chồng trong suốt thời gian khó khăn tiềm ẩn này. Điều đó có nghĩa là nói chuyện với nhau khi những nản lòng xuất hiện, thay vì kìm nén. Và vợ chồng cần đảm bảo duy trì việc quan hệ tình dục thường xuyên với nhau. Không nhiều người nhận ra rằng sứ đồ Phao-lô đã răn dạy một cách rõ ràng trong Kinh Thánh rằng các cặp vợ chồng cần thường xuyên ân ái: "Đừng từ chối nhau, trừ phi hai bên thỏa thuận tạm thời, để biệt riêng thì giờ cầu nguyện, nhưng sau đó trở lại với nhau, kẻo Sa-tan thừa lúc anh em thiếu tự chế mà cám dỗ anh em chăng" (1 Cô 7:5).

Tuổi trung niên cũng là một thời điểm phổ biến khác mà người ta dễ ngoại tình. Người vợ có thể bắt đầu cảm thấy bế tắc trong một cuộc hôn nhân đã trở nên hâm hẩm hoặc thậm chí nguội lạnh. Nàng khao khát thấy mình hấp dẫn và được yêu trở lại. Người chồng có thể cảm thấy không thỏa mãn: người chồng nhận ra rằng thời gian của mình không còn nhiều mà chàng lại chưa chạm đến những giấc mơ của mình khi còn trẻ. Khi tóc rụng và bụng bắt đầu ngấn mỡ, chàng đặc biệt cảm thấy dễ xiêu lòng trước sự mê hoặc của người phụ nữ khác, là người làm cho chàng cảm thấy mình trẻ lại. Một cặp vợ chồng khôn ngoan sẽ ý thức về những hiểm họa đến vào giai đoạn này trong cuộc đời và đề phòng. Họ sẽ không bao giờ xem người phối ngẫu của mình là điều đương nhiên nhưng sẽ tiếp tục xây dựng mối quan hệ vợ chồng, luôn luôn tìm những cách để bày tỏ và minh chứng cho tình yêu của họ dành cho nhau.

Có những áp lực riêng đối với những người còn độc thân. Tất cả chúng ta đều được tạo nên với khát khao sâu kín về sự thân mật. Càng cảm thấy cô đơn, chúng ta càng dễ bị cám dỗ tìm con đường tắt để thỏa mãn khao khát đó (mặc dù dĩ nhiên là dục vọng sẽ không thỏa đáp những gì nó hứa hẹn và bỏ chúng ta lại với cảm giác càng cô đơn hơn mà thôi). Sự kết hợp giữa cô đơn và buồn tẻ có thể trở thành mảnh đất màu mỡ cho cám dỗ tình dục. Nếu khôn ngoan, chúng ta sẽ lên kế hoạch từ trước để đảm bảo rằng mình không có quá nhiều thời gian một mình mà chẳng làm gì cả vào những ngày nghỉ. Việc chúng ta dành thời gian và nỗ lực để phát triển và duy trì tình bạn đem lại cho chúng ta sức sống tươi trẻ.

Đức Chúa Trời đã tạo nên chúng ta là những hữu thể của mối liên hệ. Càng tìm được mức độ gần gũi thích hợp trong các mối quan hệ tin kính, chúng ta sẽ càng ít tìm kiếm sự gần gũi như vậy theo những cách tội lỗi, vô nhân tính. Điều đó có nghĩa là phải nỗ lực phát triển và vui hưởng những mối quan hệ thân thương với người khác, và trên hết là với Chúa. Khi chúng ta trưởng thành trong sự trân trọng tình yêu vô bờ bến của Đức Chúa Trời dành cho chúng ta trong Đấng Christ, thì chúng ta cũng sẽ tăng trưởng trong khả năng chống cự lại những đòi hỏi của dục vọng. John Piper đã đưa ra những lời khuyên đầy ấn tượng.

Chúng ta phải lấy lửa chọi lửa. Ngọn lửa của những khoái cảm và vui thú dục vọng phải chiến đấu với lửa của những niềm vui thỏa của Đức Chúa Trời. Nếu chúng ta ráng chiến đấu với lửa dục vọng bằng những sự cấm đoán và những lời đe dọa mà thôi - thậm chí dùng cả những lời cảnh báo kinh khiếp nhất của Chúa Giê-xu – thì chúng ta sẽ thất bại. Chúng ta phải chiến đấu với nó bằng lời hứa lớn lao về niềm vui sướng vượt trội. Chúng ta phải nuốt chửng tia lửa li ti của khoái cảm hay vui thú dục vọng bằng đám cháy lớn của niềm vui thỏa thiêng liêng.[2]

2. Đừng bước tiếp

Chúng ta sẽ chống cự hay đầu hàng?

Có lẽ Đa-vít chỉ tình cờ thấy Bát-sê-ba tắm. Nếu thế, thì chẳng có gì tội lỗi trong việc thấy ấy cả. Không có gì tội lỗi trong việc thấy ai đó hấp dẫn hay trong việc bị cám dỗ; điều quan trọng là cách chúng ta đáp ứng. Chúng ta sẽ chống cự hay đầu hàng?

Giô-sép đem đến cho chúng ta một gương tin kính. Ngày qua ngày, vợ của Phô-ti-pha cứ nài nỉ ông lên giường với nàng, nhưng chàng từ chối: "Làm sao tôi dám làm điều đại ác như thế mà phạm tội với Đức Chúa Trời?" (Sáng 39:9). Ngày nọ khi nàng đi xa hơn thế nữa, nàng ôm ghì lấy chàng, chàng bỏ chạy, tuột lại chiếc áo choàng của mình trong tay nàng. Chàng vẫn quyết tâm giữ mình thánh khiết. Ngược lại, Đa-vít lại nhanh chóng nhượng bộ những ham muốn của

2. J. Piper, *Future Grace* (Sisters, OR: Mulnomah, 1995), tr. 336.

bản thân. Khi đứng trên mái nhà nhìn thấy người đàn bà đẹp đang tắm, ông "sai người dọ hỏi về người phụ nữ ấy" (2 Sa 11:3).

Lẽ ra ông nên quay đi và làm đầy tâm trí mình bằng điều gì khác. Tuy nhiên, cái nhìn thoáng qua của ông trở thành cái nhìn chằm chằm, sau lại chuyển thành cái nhìn đầy dục vọng. Ngay cả khi ấy ông vẫn có thể quay mặt đi, nhưng ông lại chọn tiếp tục trượt xuống con dốc tội lỗi. Rất có thể ông vẫn đang biện minh cho hành động của mình ngay cả khi ông thực hiện hành động ấy. Lòng người chứa đựng năng lực tự lừa dối khủng khiếp. Có lẽ ông tự thuyết phục mình: "Dĩ nhiên mình sẽ chẳng dan díu với nàng đâu, nhưng chí ít mình cũng muốn biết nàng là ai. Thật sự nàng có vẻ buồn buồn. Có lẽ mình có thể giúp nàng điều gì chăng. Chẳng phải Chúa nói chúng ta phải yêu thương và lo tưởng đến người khác hay sao?"

Không bao lâu thì người ta cho ông biết danh tính của nàng: "Đó chính là Bát Sê-ba, con gái của Ê-li-am, vợ của U-ri, người Hê-tít" (câu 3). Đức Chúa Trời rất đỗi nhân từ. Ngay cả khi chúng ta dường như mải miết lao xuống con đường tai họa, Ngài vẫn hay đặt những chướng ngại trên con đường chúng ta đi – chúng ta có thể coi những chướng ngại đó là cơ hội để choàng tỉnh, dừng lại và quay hướng. Chắc chắn đây chính là lúc Đa-vít phải làm như vậy. Bát-sê-ba là người phụ nữ đã có chồng và chồng nàng là một chiến binh của ông. Sao ông có thể nghĩ đến việc đeo đuổi nàng? Nhưng, một lần nữa, ông đã bước bước tiếp theo: "Đa-vít sai người bắt nàng vào cung" (câu 4). Có lẽ ngay đến thời điểm này mà ông vẫn còn biện minh cho hành động của mình: "Làm vua thật là mệt. Đôi khi ta thấy mình đáng được xả hơi. Có gì nguy hại đâu. Mình sẽ không đi quá xa với nàng đâu. Chẳng ai bị tổn thương cả." Nhưng mọi quyết tâm ông đã đưa ra đều biến mất khi nàng tới: "Khi nàng đến, vua nằm với nàng. (Khi ấy nàng vừa thanh tẩy sau kỳ ô uế). Rồi nàng trở về nhà" (câu 4). Chúng ta cần nhận ra nghịch lý của mối quan tâm về sự tinh sạch theo nghi lễ và sự bất khiết trong hành động của nàng. Không thể nào mô tả một cách dung tục hơn. Không có một dấu hiệu nào cho thấy sự quan tâm hay tình yêu trong sự trao đổi này. Chúng ta không thấy bất cứ một sự đối thoại nào. Thật ra, tên Bát-sê-ba còn không được đề cập; mà chỉ ghi là "nàng". Đây là dục vọng lạnh lùng, không tình yêu.

Tuột dốc

Tất cả đều diễn ra quá nhanh bởi vì, thay vì chống cự, Đa-vít lại bước tiếp, bước tiếp, và bước tiếp. Đó gần như là cách diễn tiến của tội lỗi tình dục nghiêm trọng. Nó hiếm khi xảy ra một cách hoàn toàn bất ngờ, không được dự tính trước. Trái lại, nó đi theo một chuỗi những bước sai lầm nho nhỏ. Ma quỷ biết rằng nó không thể thuyết phục một Cơ Đốc nhân mạnh mẽ quan hệ tình dục với một người không phải là chồng/vợ của mình theo kiểu tấn công đột ngột, bởi thế nó phải chơi trò chơi đòi hỏi sự kiên nhẫn và tinh vi hơn. Nó không cố gắng khiến chúng ta bước một lúc mười bước.

Nó tập trung vào nghệ thuật cám dỗ bằng cách thuyết phục chúng ta bước bước tiếp theo. Một khi có được chiến thắng đó, nó sẽ cố gắng thuyết phục chúng ta bước tiếp theo nữa, và rồi cứ tiếp tục như thế. Nếu chúng ta đầu hàng, thì trước khi nhận biết điều đó, chúng ta có thể bắt đầu cảm thấy mất khả năng kiểm soát, lao xuống những vực sâu mà chúng ta không bao giờ tưởng tượng được.

Earl Wilson được nuôi dưỡng trong một gia đình Cơ Đốc và hiến dâng đời mình phục vụ Chúa khi còn rất trẻ. Ông có những tiêu chuẩn đạo đức cao trọng và luôn tìm cách để sống theo tiêu chuẩn đó. Ông và vợ không quan hệ tình dục với nhau cho đến khi hai người lấy nhau. Ông là người rất được tôn trọng trong giới Cơ Đốc và là một diễn giả thường xuyên tại các hội nghị. Mọi thứ diễn ra rất êm đềm. Nhưng, khi sắp bước vào cuối tuổi tứ tuần, ông sống hai mặt. Trong quyển sách *Steering Clear: Avoiding the Slippery slope to moral Failure* (Tạm dịch: *Chỉ dẫn rõ ràng: Tránh bị tuột dốc về mặt đạo đức*), ông viết: "Đỉnh điểm là quan hệ tình dục và ngày càng dấn sâu vào việc thủ dâm, sách báo khiêu dâm và thậm chí là mại dâm. Cuộc đời tôi là vô độ và giả dối về thuộc linh."[3] Ông đối diện với tội lỗi của bản thân, tìm sự trợ giúp và ăn năn, giờ đây ông đang giúp đỡ những người cũng đang trên con đường "tuột dốc". Hầu như tất cả những người này đều thấy thật khó để hiểu những gì đã xảy ra, họ tự hỏi: "Sao tôi có thể làm những việc như thế được cơ chứ?" Wilson trả lời: "Câu trả lời là đó là một tiến trình mà trong

---

3. E. D. Wilson, *Steering Clear* (Leicester, UK: IVP, 2002), tr. 10.

đó sai lầm này dẫn đến sai lầm khác, với ảnh hưởng mang tính tích lũy đầy tai hại."[4]

Dục vọng không bao giờ được thỏa mãn. Chúng ta nhượng bộ cho cám dỗ này, và nói như chúng ta vẫn thường nói: "Tôi sẽ không bao giờ phạm phải sai lầm ấy nữa đâu!" Chúng ta cảm thấy vô cùng tội lỗi và quyết tâm không lặp lại tội đó, nhưng một khi đã sa ngã, thì chúng ta sẽ thấy rằng việc sa ngã lần sau sẽ dễ dàng hơn, và lần sau nữa, cho đến khi nó trở thành một thói quen. Chúng ta trấn an mình rằng ít nhất chúng ta sẽ không đi xa hơn; có một số điều chúng ta sẽ không bao giờ làm đâu. Nhưng điều một thời tưởng như không bao giờ dám nghĩ giờ đây chỉ còn cách một bước chân nhỏ nữa mà thôi. Có thể chúng ta chống cự được một thời gian, rồi một khi chúng ta đã bước qua giới hạn thì thật khó để quay trở lại. Và cứ như thế, nếu chúng ta không cẩn thận, từng vi phạm nhỏ nhỏ nối tiếp nhau rồi chúng ta sẽ bước vào chỗ đầy nguy hiểm.

Có lẽ bạn cảm thấy mất kiểm soát, không thể nào ngừng tuột dốc. Bạn biết bạn đã ở trong vùng đất nguy hiểm và không nhìn thấy lối thoát. Nếu vậy, hãy nuốt sự kiêu hãnh của bạn vào trong và hãy tìm kiếm sự trợ giúp. Hãy xưng tội với một người bạn đáng tin cậy và bắt đầu bước trên con đường gập ghềnh quay lại với sự tin kính. Việc từ bỏ những khuôn mẫu tội lỗi lâu dài không hề dễ dàng, nhưng, với quyết tâm cao độ, sự trợ giúp tận tâm và bởi năng lực của Thánh Linh, thì đó là việc có thể.

4. Wilson, *Steering Clear*, tr. 22.

Chúng ta không thể né tránh cám dỗ, nhưng chúng ta có thể chống lại và phải chống lại cám dỗ. Đừng bước tiếp: đừng cứ mải miết nhìn nữa; đừng gọi cho số điện thoại đó nữa; đừng vào trang web đó nữa; đừng quay trở lại nơi ấy nữa. Bất kể cám dỗ ấy là gì cũng đừng làm theo, cho dù tâm trí tội lỗi của chúng ta cố gắng hợp lý hóa hành động đó như thế nào và nói với chúng ta nó chẳng sao đâu. Chúng ta cần phải biết chắc rằng một khi ma quỷ đã kéo chúng ta xuống dốc một chút, nó sẽ không vui mà bỏ chúng ta ở chỗ đó đâu.

3. Hãy nhớ nơi dục vọng sẽ dẫn bạn đến

"Chẳng vui tí nào"

Nhà báo Malcolm Muggeridge có lần gặp người phụ nữ mà theo ông được biết, đã ngủ với nhà văn H. G. Wells. Ông hỏi cô chuyện đó xảy ra như thế nào. Cô nói với ông rằng Wells làm quen với cô tại một buổi tiệc và nói: "Mình cùng lên lầu làm chuyện này vui lắm" "Thế có vui không?" Muggeridge hỏi. Cô trả lời "Không, chẳng vui tí nào. Đêm đó là đêm khiến tôi khốn khổ hơn bất cứ đêm nào trong cuộc đời tôi."

Tội lỗi chẳng có gì vui cả; nó mang lại những hậu quả nghiêm trọng. Nhưng tiếng nói của tội lỗi lại chẳng đả động gì đến những gì sẽ xảy ra tiếp theo. Nó chỉ chào mời sự vui thú trong hiện tại, mà không hề nghĩ đến tương lai. Nếu Đa-vít biết hậu quả của tình một đêm là gì thì ông sẽ chẳng bao giờ dám làm. Đầu tiên, Bát-sê-ba có thai. Tội lỗi kín giấu của Đa-vít giờ đây có nguy cơ bị phơi bày, vì thế, ông phải triệu tập U-ri từ chiến trường trở về. Đa-vít thầm nghĩ, nếu anh ta ngủ với vợ, thì đứa trẻ ấy có thể được xem là con của U-ri. Nhưng U-ri lại từ chối và nói: "Hòm Giao Ước cũng như dân Y-sơ-ra-ên và Giu-đa đang ở trong lều, chủ tướng tôi là Giô-áp cùng với các đầy tớ chúa tôi đang cắm trại ngoài đồng, còn tôi lại về nhà để ăn uống và ngủ với vợ mình sao? Thật như bệ hạ và linh hồn của bệ hạ vẫn sống, tôi chẳng bao giờ làm một việc như thế!" (câu 11). Lời phúc đáp cao thượng ấy chắc hẳn ít nhất đã làm cho lương tâm của Đa-vít bị cắn rứt, nhưng nó không dẫn ông đến sự ăn năn. Ông đi từ chỗ tồi tệ đến chỗ tồi tệ hơn. Đa-vít ra lệnh phải đặt U-ri ở chỗ nóng nhất của chiến trận và, như Đa-vít mong đợi, U-ri đã bị giết chết. Thói thường vẫn thế, tội này sẽ dẫn đến tội khác. Đa-vít, một kẻ ngoại tình dối trá, trở thành một tên sát nhân.

Tội lỗi phá hủy cuộc đời

Ma quỷ làm cho tội lỗi trông có vẻ hấp dẫn. Nó nói với chúng ta: "Cứ làm đi, nó tốt cho ngươi mà! Ngươi xứng đáng được điều đó. Nó sẽ làm cho ngươi cảm thấy mình là người đàn ông đích thực, phụ nữ đích thực. Ngươi đang bỏ lỡ tất cả những niềm vui. Nếu ngươi làm điều đó thì ngươi mới đang thật sự sống." Nhưng đó là lời nói dối. Tội lỗi dẫn tới sự chết, chứ không phải sự sống. Gia-cơ đã nói rất nghiêm khắc trong lá thư của mình: "Nhưng mỗi người bị cám dỗ bởi chính dục vọng mình lôi cuốn và quyến dụ. Rồi khi dục vọng đã cưu mang thì sinh ra tội lỗi; tội lỗi đã trưởng thành thì sinh ra sự chết" (Gia-cơ 1:14–15).

Tội lỗi có sức mạnh phá hủy cuộc đời, chứ không hề làm tăng giá trị cuộc sống. Chúng ta có thể nhìn thấy điều này cách rõ rằng thông qua tội tham dục. Tình dục chứa đựng năng lực to lớn cho cả điều tốt lẫn điều tệ hại. Như một tác giả đã nói:

> "Đó là sức mạnh để xây dựng và duy trì cộng đồng. Sức mạnh để sống trong yêu thương trìu mến. Sức mạnh để biết người khác một cách sâu sắc. Sức mạnh để thể hiện hình ảnh của Đức Chúa Trời." Nhưng, nếu bị bóp méo bởi tội lỗi, thì đó là sức mạnh để phá hủy. Nó giam cầm chúng ta và nhanh chóng biến thành nỗi ám ảnh... nó hạ thấp phẩm giá con người, biến họ trở thành những món hàng để người ta sử dụng, lạm dụng và vứt bỏ. Bị nó giam hãm, nếu không nhận ra thì con người sẽ dối gạt chính mình và người khác, kéo lòng và trí họ xa khỏi Đức Chúa Trời, rời bỏ hôn nhân và những đứa con mà họ yêu thương, và chọn sống trong giằng xé, mặc cảm tội lỗi và sự xấu hổ, tất cả chỉ vì lời hứa được nếm thử luồng xung điện ngắn ngủi của khoái lạc phỉnh dối một lần nữa."[5]

Tội lỗi hứa hẹn rất nhiều, nhưng nó chẳng bao giờ thực hiện. Chúng ta biết điều đó từ kinh nghiệm quá khứ; cuối cùng chúng ta luôn phải hối tiếc. Việc học từ những sai lầm của mình, và của Đa-vít, và ghi nhớ nơi dục vọng sẽ dẫn chúng ta đến là điều quan trọng.

---

5. T. L. Eisenman, *Temptations Men Face* (Downers Grove, IL: IVP, 1990), tr. 54.

4. Lắng nghe Lời Chúa

Lời Chúa cáo trách

Trước khi kết thúc 2 Sa-mu-ên 11, Đa-vít nghĩ rằng mình vẫn đang làm chủ tình huống. U-ri đã chết, vì thế Đa-vít lấy Bát-sê-ba làm vợ và bà đã sinh cho ông một đứa con trai. Chắc hẳn Đa-vít nghĩ rằng ông đã thoát tội rồi, nhưng người kể cho chúng ta biết rằng ngay cả khi không ai nhận ra tội lỗi của ông, thì Đức Chúa Trời cũng biết: "Nhưng Đức Giê-hô-va không hài lòng điều Đa-vít đã làm" (11:27).

Đây là lần đầu tiên chương này nói đến Đức Chúa Trời. Đa-vít quá tập trung vào dục vọng của mình, vào tội lỗi của mình và vào việc che đậy nó, đến nỗi ông không hề mảy may nghĩ đến Chúa. Khi dục vọng chiếm hữu chúng ta, chúng ta nhanh chóng mất đi ý thức về sự thực hữu của Đức Chúa Trời. Sa-tan không làm cho chúng ta ghét Chúa bằng làm cho chúng ta quên Ngài. Nhưng, ngay cả khi Đa-vít quên Chúa, Ngài cũng không bao giờ quên ông. Ngài nhìn thấy mọi điều. Chúng ta chắc chắn sẽ hành động và nói năng rất khác nếu chúng ta lúc nào cũng ý thức con mắt nhìn-thấy-mọi-điều của Đức Chúa Trời.

Chính qua lời Ngài mà Đức Chúa Trời cáo trách tội lỗi, vì thế Ngài đã sai tiên tri Na-than đến với Đa-vít. Na-than kể cho Đa-vít nghe câu chuyện thâm thúy về một người giàu có một đàn chiên thế mà vẫn ăn cắp một con chiên nhỏ bé và rất đỗi trìu mến của một người nghèo để thết đãi khách của mình. Đa-vít vô cùng tức giận và nói lớn: "Thật như Đức Giê-hô-va hằng sống, người đã làm điều nầy quả đáng chết!" (2 Sa 12:5). Na-than đáp lại: "Bệ hạ chính là người đó!" (12:7).

Thật ấn tượng khi nhận ra ý Na-than bắt đầu lời buộc tội nhà vua: không phải với sự quyến rũ của Bát-sê-ba hay tội giết U-ri của Đa-vít, nhưng với việc ông chối bỏ Đức Chúa Trời và luật pháp của Ngài: "Tại sao ngươi đã xem thường lời của Đức Giê-hô-va mà làm điều ác trước mặt Ngài?" (12:9). Lần đầu tiên Đa-vít bắt đầu thấy rõ mồn một sự kinh khủng của những gì ông đã làm và xưng nhận: "Tôi đã phạm tội đối với Đức Giê-hô-va" (12:13).

Tuy nhiên, ở đây chúng ta cần ghi nhớ sự khác biệt quan trọng nhưng mỏng manh trong lĩnh vực tội tình dục. Có thể bạn đang mang lấy gánh nặng mặc cảm về điều mà bạn không cần chịu trách nhiệm. Nhiều nạn nhân của sự xâm hại tình dục cảm thấy rằng họ phải chịu trách nhiệm một phần. Cảm giác xấu hổ đó thường dẫn họ đến chỗ giữ kín chuyện bị lạm dụng và khiến họ khó nhận được sự trợ giúp mà họ cần để khắc phục hậu quả của nó. Nếu bạn bị lạm dụng, bạn không phạm tội đó nhưng người khác đã phạm tội với bạn. Bạn chẳng có tội gì phải xưng ra, mà bạn cần được giúp đỡ. Hãy nói chuyện với một người bạn hoặc một mục sư mà bạn tin tưởng.

Mặc dù đôi khi một vài người trong chúng ta có thể trở thành nạn nhân chứ không phải là thủ phạm, nhưng tất cả chúng ta, theo những cách khác nhau, đã phạm tội tình dục – và chúng ta cần đối diện với tội lỗi của mình và nhận biết nó trước mặt Đức Chúa Trời. Chúng ta cần bắt đầu bằng cách nhận biết rằng việc phạm tội tình dục không chỉ ở chỗ nó hạ thấp phẩm giá của chúng ta và phá hủy người khác, phá hỏng nhân cách và phá vỡ gia đình; mà trên hết, đó là sự vi phạm đối với Đức Chúa Trời.

Chúng ta rất hay thỏa hiệp. Chúng ta chấp nhận một mức độ tội lỗi nào đó dựa trên cơ sở là chúng ta không đi quá xa như nhiều người khác, và chúng ta trấn an mình rằng có những việc chúng ta sẽ chẳng bao giờ làm đâu. Nhưng Lời Chúa phá vỡ lời tự biện hộ yếu ớt của chúng ta. Ngài nói: "'Các con phải thánh vì Ta, Giê-hô-va Đức Chúa Trời của các con, là thánh" (Lê 19:2).

Không ai trong chúng ta có lý do gì để tự mãn hoặc kiêu ngạo trong lĩnh vực này. Chúng ta ai cũng cần phải lặp lại những lời mà Đa-vít đã viết sau khi ông đối mặt với Na-than:

Đức Chúa Trời ôi! Xin thương xót con

Theo lòng nhân từ của Chúa;

Xin xóa các sự vi phạm con

Theo đức bác ái của Chúa.

Xin rửa sạch hết mọi gian ác

Và thanh tẩy tội lỗi con.

Vì con nhận biết các sự vi phạm con,

Và tội lỗi con hằng ở trước mặt con.

Con đã phạm tội với Chúa, chỉ với một mình Chúa thôi

Và làm điều ác dưới mắt Chúa.

Để Chúa bày tỏ đức công chính khi Ngài tuyên phán

Và sự thanh sạch khi Ngài phán xét.

Thi Thiên 51:1–4

Lời Chúa an ủi

Dù Đa-vít đã xưng tội, nhưng tội lỗi vẫn để lại những hậu quả tai hại của nó. Con trai mà Bát-sê-ba sinh ra đã chết và quyền hành của vua bắt đầu bị phân rẽ. Ngay cả khi chúng ta nhận biết tội lỗi của mình, thì những tổn thất mà nó gây ra chắc chắn vẫn còn đó: nó có thể là những vết sẹo về mặt tình cảm, có thể là nỗi đau của một cuộc hôn nhân tan vỡ, hay là cám dỗ quay trở lại con đường tội lỗi khi xưa. Nhưng, ngay cả khi việc đối diện với tội lỗi của chúng ta sẽ không cất đi tất cả những hậu quả của nó, thì chúng ta vẫn có thể tin chắc rằng Đức Chúa Trời tha tội cho chúng ta. Na-than xác nhận với Đa-vít: "Đức Giê-hô-va cũng đã xóa tội cho bệ hạ, bệ hạ không chết đâu" (12:13).

Đa-vít là một vị vua mạnh mẽ, nhưng ông đã mắc phải sai phạm lớn. Ông không bao giờ có thể là vị vua đem lại sự giải cứu vĩ đại mà người Y-sơ-ra-ên trông đợi: Đấng được các tiên tri hứa không chỉ giải cứu họ khỏi kẻ thù nhưng còn phục hồi mối liên hệ của họ với Đức Chúa Trời. Nhưng chỗ Đa-vít thất bại, thì Chúa Giê-xu lại chiến thắng. Ngài "bị cám dỗ đủ mọi cách như chúng ta, song chẳng phạm tội" (Hê 4:15). Ngài chịu hình phạt của tội lỗi thay cho những người khác, để tất cả những ai tin nơi Ngài có thể đảm bảo được tha thứ tội lỗi hoàn toàn. Và bởi đó, bất kể chúng ta đã phạm điều gì, chúng ta cũng đều cần đến gần với Ngài bằng sự tự tin và lặp lại lời của người mù Ba-ti-mê: "Lạy Con vua Đa-vít, xin đoái thương con!" (Mác 10:48). Chúng ta có thể đảm bảo rằng "huyết của Đức Chúa Jêsus, Con Ngài, tẩy sạch mọi tội của chúng ta" (1 Giăng 1:7).

Lời Chúa răn dạy

Sau khi đã bày tỏ lòng thương xót vô bờ dành cho người phụ nữ bị bắt khi đang phạm tội ngoại tình, Chúa Giê-xu nói với cô: "Hãy đi, đừng phạm tội nữa" (Giăng 8:11). Những giọt nước mắt cá sấu thôi chưa đủ, Chúa đòi hỏi nhiều hơn thế. "Vì sự đau buồn theo ý Đức Chúa Trời sinh ra sự ăn năn" (2 Cô 7:10). Chúng ta đều được kêu gọi không chỉ để nhận biết tội lỗi của mình và tin cậy nơi sự chết của Chúa để được tha thứ, nhưng còn phải sống một cuộc đời mới với lòng thánh khiết. Đức Chúa Trời phán rằng: "Còn sự gian dâm và mọi điều bất khiết, hoặc tham lam, thì không được nói đến giữa anh em; như vậy mới xứng đáng là các thánh đồ" (Êph 5:3).

Người ta kể câu chuyện một người nọ tuyển tài xế lái chiếc xe Rolls-Royce siêu sang của mình. Ông đưa ra một thử thách cho ba người ứng tuyển. Mỗi người phải chứng tỏ mình có thể lái xe sát mép vực đến mức nào. Người đầu tiên, với khả năng lái xe lão luyện, lái sát mép vực chừng một mét; người thứ hai thậm chí còn sát mép vực hơn nữa; nhưng người thứ ba cách xa mép vực 20 mét. Sau đó, người chủ đưa ra quyết định: "Người thứ ba sẽ là người được nhận làm. Tôi không muốn tài xế của tôi liều lĩnh với chiếc xe yêu quý của tôi."

Đức Chúa Trời đã giao cho chúng ta món quà quý giá là tình dục. Chúng ta không được liều lĩnh với nó, không nên hỏi: "Bao xa là được?" Kinh Thánh nói chúng ta hãy "chạy" khỏi tội lỗi. Điều đó không hề dễ, nhưng Đấng Christ ở với chúng ta. Ngài vừa tha thứ những thất bại trong quá khứ của chúng ta và, bởi Thánh Linh, Ngài còn giúp chúng ta sống một cuộc đời tin kính trong tương lai.

Chương 3

MẶC CẢM TỘI LỖI

[1]Phước cho người nào được tha sự vi phạm mình,

Được khỏa lấp tội lỗi mình!

[2]Phước cho người nào Đức Giê-hô-va không kể là gian ác

Và trong lòng không có điều dối trá!

[3]Khi con nín lặng, các xương cốt con hao mòn

Và con rên xiết trọn ngày.

[4]Vì ngày và đêm tay Chúa đè nặng trên con;

Sức con tiêu hao như bởi cơn hạn mùa hè. (Sê-la)

[5]Con đã thú tội cùng Chúa,

Không giấu gian ác con;

Con nói: "Con sẽ xưng các sự vi phạm con với Đức Giê-hô-va,

Và Chúa tha tội cho con." (Sê-la)

[6]Vì thế, mọi người tin kính

Đều cầu nguyện cùng Chúa trong thì giờ có cần;(o)

Chắc chắn khi có nước lụt tràn tới

Thì sẽ không lan đến họ.

[7]Chúa là nơi trú ẩn của con;

Chúa bảo vệ con khỏi cơn gian truân;

Chúa lấy bài ca giải cứu mà bao phủ con. (Sê-la)

[8]Ta sẽ dạy dỗ con, chỉ cho con nẻo đường phải đi;

Mắt Ta sẽ dõi theo mà khuyên dạy con.

[9]Đừng như con ngựa và con la là vật vô tri

Phải dùng hàm khớp và dây cương mới giữ chúng được,

Nếu không, chúng chẳng chịu đến gần con.

[10]Kẻ ác có nhiều nỗi đau đớn

Nhưng người nào tin cậy Đức Giê-hô-va

Thì sự nhân từ bao phủ người ấy.

[11]Hỡi người công chính, hãy vui vẻ và mừng rỡ nơi Đức Giê-hô-va!

Hỡi những ai có lòng ngay thẳng, hãy reo mừng!

Thi Thiên 32

Sự cắn rứt khôn nguôi

Có một dịch vụ viễn thông được gọi là "Đường dây xin lỗi vô danh" hoạt động ở California, cho phép người ta có cơ hội xưng nhận những việc làm sai trái của mình với một người vô danh. Đường dây này nhận được hai trăm cuộc gọi mỗi ngày. Một phụ nữ gây tai nạn xe hơi làm năm người chết đã gọi và nói: "Tôi chỉ muốn gọi để nói rằng tôi xin lỗi – Tôi ước gì tôi có thể đem những người ấy trở lại cuộc sống." Một người đàn ông để lại tin nhắn: "Tôi muốn xin lỗi tất cả những người tôi đã làm tổn thương trong suốt mười tám năm nghiện ngập của mình." Những người khác thì xưng nhận tội từ trộm cắp đến hiếp dâm rồi đến giết người.[1]

Không có gì ngạc nhiên khi dịch vụ này lại được nhiều người yêu thích đến thế. Nhiều người cố gắng chạy trốn Đức Chúa Trời và, ở một mức độ nào đó, họ nghĩ rằng họ đã thành công; nhưng họ vẫn không thể rũ bỏ mặc cảm tội lỗi. Đối với một số người, mặc cảm ấy là hiện thực mãnh liệt phá hủy cuộc đời họ. Người đứng đầu một bệnh viện tâm thần lớn đã nói: "Tôi có thể cho một nửa số bệnh nhân ra viện ngay ngày mai nếu họ biết chắc mình được tha thứ."[2] Đối với phần đông, dù mặc cảm tội lỗi không dẫn tới bệnh tâm thần, nhưng nhiều người vẫn nhận ra nó như một sự cắn rứt khôn nguôi trong đời sống họ. Có khi mặc cảm tội lỗi là một tiếng nói xa xôi trong tâm khảm, có khi đó là tiếng thét làm ta nhức nhối.

Mặc cảm tội lỗi không chỉ làm cho người không tin Chúa khổ sở; mà cũng khiến nhiều tín hữu bị què quặt. Có người thì bị những ký ức về một tội cụ thể nào đó hành hạ. Có lẽ họ đã phạm tội đó nhiều năm rồi, nhưng họ vẫn không thể thoát khỏi mặc cảm về nó. Có người lại kinh nghiệm cảm giác mình là tội đồ nhưng không gắn với bất cứ tội lỗi cụ thể nào mà thể hiện theo kiểu cảm nhận chung chung là mình còn thiếu sót, mình không xứng đáng. Những người này

---

1. P. Yancey, *What's So Amazing About Grace?* (Grand Rapids: MI: Zondervan, 1997), tr. 35.

2. J. C. Winslow, *Confession and Absolution* (London: Hodder, 1960), tr.22.

thấy thật khó để tin rằng Đức Chúa Trời có thể chấp nhận, yêu thương và tha thứ cho mình. Cảm giác không xứng đáng của họ không ngừng tác động trên họ. Từ khi thức giấc vào buổi sáng, họ đã nghĩ về những thất bại và thiếu sót của ngày hôm trước. Họ sống cuộc sống ngập chìm trong mặc cảm, luôn luôn nhói nhói, đôi khi đau buốt, trong lòng.

"Tay Chúa đè nặng trên con"

Chắc chắn Đa-vít đã biết mặc cảm tội lỗi là gì. Như chúng ta thấy trong chương cuối cùng, một ngày nọ ông để cho con mắt của mình chằm chằm nhìn vào người đàn bà đẹp khi nàng đang tắm. Dục vọng của ông dẫn ông tới việc phạm tội ngoại tình và sau đó là tội giết người. Chắc chắn ban đầu ông nghĩ mình sẽ không mắc phải tội ấy. Có lẽ ông đã phạm phải bốn trong số mười điều răn, nhưng ít nhất ông đã tránh được điều răn không chính thức thứ mười một: "Ngươi chớ để mình bị bắt quả tang." Thế mà ông vẫn không bình yên. Thi Thiên 32 có lẽ mô tả giai đoạn sau khi ông phạm tội với Bát-sê-ba: "Khi con nín lặng, các xương cốt con hao mòn và con rên siết trọn ngày. Vì ngày và đêm tay Chúa đè nặng trên con; sức con tiêu hao như bởi cơn hạn mùa hè" (32:3–4). Mặc cảm tội lỗi của ông làm ông tê liệt. Nó tác động về mặt tâm lý, làm cho ông muộn phiền khôn nguôi. Nó cũng tác động về thể chất: ông đau đớn và không có sinh lực; và tác động tâm linh: ông cảm thấy mình xa cách Chúa. Nhưng sau đó Đức Chúa Trời cất gánh nặng của ông và cất cả mặc cảm tội lỗi của ông đi.

Chúng ta tìm kiếm sự trợ giúp từ Thi Thiên 32 khi chúng ta tranh chiến với mặc cảm tội lỗi và xem xét hai câu hỏi được đưa ra:

1. Chúng ta đã nhận biết tội lỗi của mình chưa?

2. Chúng ta có trân trọng sự tha thứ của Đức Chúa Trời không?

1. Chúng ta đã nhận biết tội lỗi của mình chưa?

Chối tội

Đa-vít giữ im lặng (câu 3), cố gắng giấu Chúa và người khác tội lỗi mình. Sau này ông mới nhận ra điều đó: "Con đã thú tội cùng Chúa, không giấu gian ác con; con nói: 'Con sẽ xưng các sự vi phạm con với Đức Giê-hô-va, Và Chúa tha tội cho con'" (câu 5). Lẽ ra ông phải đối diện với sai lầm của mình sớm hơn nhiều, nhưng ít nhất cuối cùng ông cũng nhận tội. Một số người chẳng bao giờ đối diện với nó, do đi theo chủ nghĩa chạy trốn mà một xã hội lão luyện trong việc trốn tránh trách nhiệm đã cổ súy.

Tội lỗi đã trở thành một từ cấm kỵ; người ta nghĩ rằng từ đó quá tiêu cực. Một nhân vật trong một tiểu thuyết gần đây cũng đưa ra nhận xét tương tự: "Chẳng ai có tội gì cả. Chúng ta có làm gì sai đâu; chúng ta chỉ gặp rắc rối thôi mà. Chúng ta là nạn nhân, nạn nhân của thói nghiện rượu, nạn nhân của thói nghiện tình dục! Chúng ta đang xây dựng một nền văn hóa của những đứa trẻ nhu nhược, không xương, tự cho rằng mình công chính, suốt ngày khóc nhè, những đứa trẻ luôn luôn có cách để biện hộ cho mọi thứ và không nhận trách nhiệm về điều gì cả."[3] Một mục sư tuyên úy có lần đã khiển trách tôi vì tôi dùng từ tội lỗi khi giảng cho một trường học: "Tôi mong mục sư không dùng từ đó. Sao chúng ta không dùng từ 'thiếu kém' hay 'thiếu sót'?"

Càng ngày nền văn hóa có chừng mực của chúng ta càng yêu cầu chúng ta không được nói hay làm bất cứ điều gì đe dọa ý thức về giá trị bản thân vô cùng mỏng manh của từng cá nhân. Mọi thứ đều phải nhằm khẳng định về chúng ta và người khác. Hiệp hội quốc gia về lòng tự trọng khuyến khích chúng ta sử dụng những lời khẳng định để làm tăng nhận thức của chúng ta về giá trị bản thân. Nó đề xuất chúng ta nên viết những câu kiểu như "Tôi thích và chấp nhận con người tôi như bản chất của tôi" và lặp lại câu nói ấy mỗi khi chúng ta thức giấc vào buổi sáng và trước khi chúng ta đi ngủ.[4]

Nếu chúng ta đối diện với những khía cạnh của tâm tính chưa được tốt như mong muốn, thì chúng ta được khuyến khích tin rằng đó không phải là lỗi của chúng ta. Trong xã hội theo liệu pháp chữa lành, chúng ta được khuyến khích xem chính mình là nạn nhân, là người "bị người khác làm sai hơn là mình phạm lỗi với người." Luôn

3. Từ Ben Elton, *Popcorn*, được trích dẫn trong N. Pollard, *Why Do They Do That?* (Tring, UK: Lion, 1998), tr. 112.

4. *London Times* (17 May 2005)

luôn có ai đó để đổ thừa. Ngay sau vụ Bill Cliton có quan hệ
tình ái với Monica Lewinsky, vợ ông là Hillary đã nói rằng
hành động của ông bắt nguồn từ tuổi thơ bất hạnh: "Vâng,
anh ấy có những điểm yếu của anh ấy. Đúng, anh ấy cần
phải kỷ luật hơn, nhưng điều đáng chú ý là với hoàn cảnh
như vậy, anh ấy vẫn trở thành con người như hiện tại, đủ
năng lực cho vai trò lãnh đạo này."[5]

Những kinh nghiệm trong quá khứ của chúng ta, đặc
biệt là trong thời thơ ấu, chắc chắn ảnh hưởng đến chúng
ta rất nhiều, cả tốt lẫn xấu. Chắc chắn chúng ta không nên
cảm thấy mặc cảm tội lỗi vì những tình huống mà trong đó
chúng ta là nạn nhân của sự lạm dụng. Nhưng trong hầu hết
các trường hợp, mặc dù những yếu tố tiềm ẩn có thể góp
phần lý giải, hoặc thậm chí đã đóng góp vào hành vi của
chúng ta, nhưng nó không khiến chúng ta trở nên vô tội.
Chúng ta không được phép phủ nhận tội lỗi mình gây ra.

Giảm nhẹ tội

Chúng ta trốn tránh mặc cảm tội lỗi không chỉ bằng cách
phủ nhận tội, nhưng còn bằng cách giảm tội cho mình.
Chúng ta tự biện hộ cho chính mình bằng cách xem những
việc làm sai của mình là chuyện nhỏ còn những tội lỗi của
người khác là chuyện to đùng. Kết quả là chúng ta có thể
thuyết phục chính mình rằng chúng ta chẳng có gì để xưng
ra cả. "Anh ấy mới là người có lỗi", chúng ta nói. "Anh ấy đã
khơi ngòi cho chuyện ấy khi bồ bịch lăng nhăng. Tình một

5. *London Times* (1 Aug. 1999).

đêm của tôi chẳng là gì so với điều anh ấy đã làm." Hoặc "Tại sao tôi phải xin lỗi về những lời nói cay nghiệt mà tôi phát ra? Những lời đó vẫn chưa là gì so với điều cô ấy đáng phải nhận – thử nghe cô ấy nói gì với tôi đi rồi biết!" Và "Những suy nghĩ cay đắng, đầy dục vọng và giận dữ ấy có là gì đâu! Đâu phải tôi giết người hay cướp của đâu!"

Việc con người có xu hướng phủ nhận hoặc giảm nhẹ tội không phải là điều mới mẻ. "Che đậy" không phải là một khái niệm được tổng thống Nixon nghĩ ra trong xì-căng-đan Watergate; mà nó bắt nguồn từ tận vườn Ê-đen khi xưa. A-đam và Ê-va tin vào lời nói dối của ma quỷ rằng chuyện ăn trái cây biết điều thiện và điều ác chẳng có gì là tội lỗi cả; nó còn làm cho họ trở nên giống Chúa hơn. Sau khi ăn, họ chui vào bụi cây để trốn Đức Chúa Trời. Nhưng, như họ thấy họ không thể thoát khỏi hậu quả của những gì họ đã gây ra thế nào, thì chúng ta cũng sẽ không bao giờ có thể lẩn trốn khỏi mặc cảm tội lỗi của mình thể ấy. Đa-vít đã cố, nhưng mặc cảm ấy như thiêu đốt tâm can ông. Cho dù chúng ta có điên cuồng cố gắng che đậy việc làm xấu xa của mình ra sao, thì những tội lỗi ấy cũng không chịu ở yên đâu.

Đầu gối quỳ xuống trước mặt Đức Chúa Trời

Nếu chúng ta đang cảm thấy mặc cảm tội lỗi, thì cần tự hỏi: "Tôi đã nhận biết tội lỗi của mình chưa?" Chúng ta phải bắt đầu bằng thận thức chung về tội lỗi của mình trước mặt Đức Chúa Trời và việc chúng ta chẳng đáng nhận điều gì từ Ngài ngoài sự hình phạt. Chúng ta phải chấp nhận tin xấu về chính mình và tội lỗi của mình trước khi chúng ta có thể hiểu và nhận được ích lợi từ tin tốt lành về Chúa Giê-xu Christ và sự cứu chuộc miễn phí mà Ngài ban cho. Chúng ta phải đến gần Ngài bằng đầu gối trước khi Ngài nâng chúng ta lên và ban tặng cho chúng ta món quà giá trị là sự tha thứ và xưng công chính.

Có thể chúng ta đã nhận biết tội lỗi của mình cách chung chung, nhưng vẫn còn nấn ná trong những tội cụ thể mà không xưng chúng ra hoặc ăn năn. Nếu thế, chúng ta không nên ngạc nhiên khi chúng ta vẫn còn mặc cảm tội lỗi. Chỉ khi nào chúng ta đối diện với tội lỗi của mình, nhận thức được sự nghiêm trọng của nó và tìm mọi cách ăn năn, thì chúng ta mới có thể bắt đầu được giải phóng khỏi ngục tù của mặc cảm tội lỗi. Chúng ta cần theo gương của Đa-vít, người cuối cùng đã nhận thức sự gian ác của mình khi tiên tri Na-than đối mặt với ông: "Con đã thú tội cùng Chúa, Không giấu gian ác con; con nói: "Con sẽ xưng các sự vi phạm con với Đức Giê-hô-va, và Chúa tha tội cho con" (32:5).

2. Chúng ta đã trân trọng sự tha thứ mình nhận được chưa?

Để trả lời cho câu hỏi thứ nhất "Tôi đã nhận biết tội lỗi của mình chưa?" một số người có thể trả lời: "Rồi, nhưng sao tôi vẫn thấy mình có tội." Điều đó dấy lên câu hỏi tiếp theo: "Tôi có trân trọng sự tha thứ mà tôi nhận được chưa?"

Được xưng công chính bởi đức tin

Những lời của Đa-vít ở cuối câu 5 nói về một thực tại tuyệt vời: "Chúa tha tội cho con." Thi Thiên này bắt đầu bằng lời chứng của ông về sự trọn vẹn của sự tha thứ đó: "Phước cho người nào được tha sự vi phạm mình, được khỏa lấp tội lỗi mình! Phước cho người nào Đức Giê-hô-va không kể là gian ác và trong lòng không có điều dối trá!" (32:1–2).

Phao-lô trích lại những lời này trong Rô-ma 4:7–8 và nói rằng Đa-vít đang nói về phước hạnh của việc được xưng công chính bởi đức tin. Xưng công chính là tình trạng được ở trong mối quan hệ đúng đắn với Chúa. Đó không phải là điều chúng ta có thể tự mình đạt được. Dù chúng ta có nỗ lực thế nào đi nữa, chúng ta vẫn phạm tội và vẫn đáng bị Đức Chúa Trời đoán phạt. Nhưng Đấng Christ đã làm cho chúng ta có thể được tha thứ và được Đức Chúa Trời chấp nhận bằng cách trả giá của tội lỗi qua sự chết của Ngài trên thập tự giá. Vì giá ấy đã được trả xong nên chúng ta chẳng còn gì để làm cả. Chúng ta chỉ đơn giản là đón nhận món quà ân huệ miễn phí của Đức Chúa Trời bằng cách đặt lòng tin nơi Đấng Christ. Ngay giây phút chúng ta quay trở lại với Đấng Christ, chúng ta có thể đảm bảo rằng tội lỗi mình đã được "tha thứ" và "khỏa lấp" (32:1). Chúa không còn xem chúng là điều bất lợi cho chúng ta nữa (32:2).

Có lẽ những tội lỗi cụ thể đã làm lương tâm bạn cắt rứt. Có thể bạn bị ám ảnh bởi những lời bạn đã nói với một người thân yêu. Bạn đã hối tiếc về điều đó từ lâu rồi, nhưng bạn không thể nào rút lại được, cũng không thể nói lời xin lỗi: người ấy đã mất rồi. Sự chia ly mất mát thường gây ra cảm giác có lỗi khủng khiếp. Hay, có lẽ bạn không bình an vì một sự gian dối, vì đã phá thai, vì ngoại tình hay vì một hành động tàn nhẫn nào đó. Có thể điều đó đã xảy ra cách đây nhiều năm rồi, nhưng trong tâm trí bạn thì như thể mới xảy ra ngày hôm qua. Cho dù tội lỗi của bạn kinh khủng đến đâu, bạn nên đón nhận sự an ủi từ chân lý vĩ đại của sự xưng công chính bởi đức tin. Nếu bạn đã đặt lòng tin nơi Đấng Christ, thì tất cả những sai lầm của bạn đã được "khỏa lấp". Đối với Chúa, nó không còn tồn tại nữa, như thể Ngài nói với chúng ta: "Con cứ suy nghĩ về chuyện đó mãi, nhưng Ta thì không. Đấng Christ đã trả xong món nợ của nó rồi. Ta sẽ không bao giờ đề cập đến nó nữa đâu. Nó đã được giải quyết rồi!"

Trong mắt Chúa, tội lỗi của chúng ta đã được tha thứ và lãng quên, mãi mãi.

Sự hoán đổi tuyệt vời

Rất nhiều Cơ Đốc nhân đã nhận được món quà tha thứ tuyệt vời của Đức Chúa Trời mà không hoàn toàn nhận biết món quà ấy bao gồm tất cả những điều nào. Tôi đã nghe được minh họa này cách đây nhiều năm, và nó giúp cho tôi nắm bắt được điều gì đó về sự diệu kỳ của sự xưng công bình bởi đức tin.

Đó là lúc kết thúc cõi đời và chúng ta đứng trước ngôi phán xét của Đức Chúa Trời. Một thiên sứ bắt đầu lấy quyển sổ dầy quịch ra đọc. Vị thiên sứ ấy cứ đọc thế hàng mấy tiếng đồng hồ và, cứ mỗi dòng thiên sứ ấy đọc, chúng ta lại càng cảm thấy vô vọng hơn. Quyển sổ chép lại tất cả những tội lỗi chúng ta đã phạm trong đời mình. Cuối cùng, vị thiên sứ ngừng đọc và Đức Chúa Trời hỏi thiên sứ đó: "Cho ta biết tên của ai được viết trên bìa cuốn sổ ấy?" Trước sự ngạc nhiên của chúng ta, thiên sứ đáp: "Giê-xu người Na-xa-rét". Rồi vị thiên sứ lấy quyển sổ khác ra và lại tiếp tục đọc. Ghi chép về cuộc đời của người này khác biệt hoàn toàn so với quyển thứ nhất. Bản ký thuật đầy những yêu thương, chân thật, khoan dung và công chính trọn vẹn; không có một tội lỗi nào được ghi lại. Chỉ có một người trên cõi đời này có thể sống như vậy. Rồi Đức Chúa Trời lại hỏi: "Tên của ai ở ngoài bìa cuốn sổ đó?" Thiên sứ đáp: "Vaughan Roberts" (tác giả cuốn sách này-ND).

Một khi chúng ta đã đặt lòng tin nơi Chúa Giê-xu, thì có một sự hoán đổi tuyệt vời diễn ra. Ngài không chỉ đồng nhất với chúng ta và cất lấy sự đoán phạt cho tất cả những tội lỗi của chúng ta, mà Ngài còn ban cho chúng ta sự công chính toàn vẹn của Ngài. Giờ đây, Đức Chúa Trời đối xử với chúng ta như thể chúng đã sống cuộc đời của Chúa Giê-xu. Phao-lô đã thể hiện điều này bằng những lời lẽ tuyệt vời: "Đức Chúa Trời đã làm cho Đấng không hề biết tội lỗi trở nên tội lỗi vì chúng ta, để trong Đấng ấy chúng ta được trở nên công chính trước mặt Đức Chúa Trời" (2 Cô 5:21).

Mặc cảm tội lỗi đeo bám

Có thể bạn hiểu chân lý về sự xưng công chính trong đầu, nhưng bạn vẫn thấy rất khó để chấp nhận nó trong lòng. Một số người có tâm lý hướng về cảm giác có tội. Mặc cảm tội lỗi đến mức bị ám ảnh một cách phi lý là đặc điểm thường gặp của bệnh trầm cảm. Nó cũng có thể có gốc rễ là sự tự ti. Những tín hữu lúc nào cũng bị cho rằng họ ở bên có lỗi, có lẽ trong thời thơ ấu hoặc trong hôn nhân, thì gần như không thể hoàn toàn hiểu được việc họ trở nên công chính trước mặt Đức Chúa Trời. Nếu họ có thật sự làm điều gì đó sai, dù nhỏ đến đâu, họ cũng cảm thấy mình đáng bị đoán phạt và nhanh chóng cho rằng Đức Chúa Trời không thể nào yêu họ được. Những người như vậy không nên để cho cảm xúc dẫn mình đi đâu thì đi, nhưng cần phải dùng chân lý vĩ đại của sự xưng công chính để đáp lại những cảm xúc ấy. Thay vì lặp đi lặp lại câu thần chú mà Hiệp hội Quốc gia về Lòng tự trọng khuyên "Tôi thích và chấp nhận tôi như bản chất của tôi", thì sẽ hữu ích cho họ khi nhắc nhở chính mình: "Trong Đấng Christ, Đức Chúa Trời yêu tôi và chấp nhận tôi bất kể tôi là người như thế nào." Họ có thể học một số câu Kinh Thánh công bố những chân lý vẻ vang như:

> Vậy bây giờ, những ai ở trong Đấng Christ Jêsus sẽ không bị kết tội nữa.
>
> Rô-ma 8:1

> [33]Ai sẽ kiện những người được Đức Chúa Trời tuyển chọn khi mà Đức Chúa Trời là Đấng xưng công chính những người ấy? [34]Ai sẽ là người kết án họ khi mà Đấng Christ

Jêsus là Đấng đã chết và cũng đã sống lại, Đấng đang ngồi bên phải Đức Chúa Trời và cầu thay cho chúng ta?

Rô-ma 8:33–34

[1]Hỡi các con bé nhỏ của ta, ta viết cho các con những điều nầy để các con không phạm tội. Nhưng nếu có ai phạm tội thì chúng ta có Đấng biện hộ với Đức Chúa Cha là Đức Chúa Jêsus Christ, Đấng công chính. [2]Chính Ngài là tế lễ chuộc tội chúng ta, không những vì tội của chúng ta mà thôi, nhưng còn vì tội của cả thế gian nữa.

1 Giăng 2:1–2

Ngồi khoang hạng nhất

Sự đảm bảo mà Đa-vít nhận được từ Đức Chúa Trời cho sự tha thứ của ông quả thật ấn tượng. Ông đã phạm vài tội kinh khiếp, nhưng ông không nghi ngờ liệu mình có được tha thứ hoàn toàn hay không. Ông nói với lòng tin quyết: "Và Chúa tha tội cho con" (Thi 32:5). Ông tuyệt đối tin chắc rằng Đức Chúa Trời yêu thương ông và sẽ bảo vệ ông: "Chúa là nơi trú ẩn của con; Chúa bảo vệ con khỏi cơn gian truân; Chúa lấy bài ca giải cứu mà bao phủ con" (32:7).

Một số người cảm thấy khó chịu với cách nói quả quyết như thế. Họ cho rằng tuyên bố "tôi được cứu và tôi biết chắc mình sẽ được lên thiên đàng" là kiêu ngạo. Nhưng miễn sao lòng tin chắc ấy không dựa trên bất cứ điều gì chúng ta đã làm, nhưng trên sự chết của Đấng Christ vì chúng ta, thì chẳng có gì là tự tin thái quá cả. Không phải tôi đang đưa ra những lời tuyên bố khoe khoang về chính mình và sự tin kính của mình; ngược lại tôi đang khiêm nhường nhờ cậy Đấng Christ và sự cứu chuộc trọn vẹn mà Ngài đã đạt được. Đức Chúa Trời muốn chúng ta tin chắc về sự tha thứ và sự chấp nhận của Ngài trong Đấng Christ.

Có lần tôi đến ga tàu bị muộn nên tôi nhảy lên tàu ngay trước khi nó khởi hành. Tôi không có thời gian để kiểm tra xem tàu này có đi theo hướng mà tôi muốn đến hay không và cũng không có ai xung quanh cho tôi hỏi. Tôi phải trải qua vài phút bực bội lo lắng tự hỏi liệu mình có đi sai hướng hay không trước khi người soát vé giúp tôi yên tâm. Tôi đã lên đúng chuyến tàu, nhưng tôi chỉ vui vẻ về chuyến đi hơn nhiều khi tôi biết rằng tôi đang trên đường đi đến nơi tôi muốn đến.

Tất cả những ai đặt lòng tin nơi Đấng Christ đều lên đúng chuyến tàu hướng về thiên đàng, có thể nói như vậy. Tội lỗi của họ đã được thứ tha và họ đang ở cùng phía với Đức Chúa Trời. Nhưng không phải tất cả đều đang ngồi trên khoang hạng nhất, vui hưởng sự đảm bảo về địa vị mới của mình trước mặt Đức Chúa Trời. Có những người đang ngồi khoang hạng hai: trong khi cùng hướng đến một địa điểm, nhưng họ mất rất nhiều thời gian lo lắng liệu họ có thật sự được Đức Chúa Trời chấp nhận hay không. Chúng ta không cần phải có kinh nghiệm đó. Đức Chúa Trời muốn tất cả chúng ta đều có lòng tin quyết khiêm nhường và vui thỏa của Đa-vít.

Tưởng tượng bạn viết xuống một danh sách tất cả những tội lỗi đã làm lương tâm bạn day dứt không yên và sau đó lấy bật lửa ra và đốt mảnh giấy ấy đi. Khi nghĩ về ngọn lửa đốt rụi tờ giấy, hãy nhớ rằng Đấng Christ đã chết vì tội lỗi của bạn. Như cơn gió thổi những tro bụi bay đi trong không khí ra sao, thì Đấng Christ cũng mang tội lỗi của chúng ta đi như vậy. Đó là sự đảm bảo mà mọi Cơ Đốc nhân đều có thể có và nên có.

Đừng như con la!

Đa-vít quá cảm động trước sự diệu kỳ trong sự tha thứ của Đức Chúa Trời đến nỗi ông không thể nào giữ riêng cho mình. Ông đã thật ngu ngốc khi đi xa khỏi sự hiện diện của Chúa quá lâu khi ông cố gắng giấu diếm tội lỗi mình. Nếu ông cầu xin Chúa thương xót và giúp đỡ sớm hơn, thì ông đã không phải bồn chồn, cắn rứt nhiều như vậy, vì thế trong Thi Thiên 32, ông thúc giục người khác hãy nhanh chóng tìm đến Đức Chúa Trời: "Vì thế, mọi người tin kính đều cầu nguyện cùng Chúa trong thì giờ có cần, chắc chắn khi có nước lụt tràn tới thì sẽ không lan đến họ" (32:6).

Đa-vít vẫn tiếp tục khuyên mọi người trong câu 8: "Ta sẽ dạy dỗ con, chỉ cho con nẻo đường phải đi, mắt Ta sẽ dõi theo mà khuyên dạy con." Ông muốn chúng ta tránh những sai lầm ông đã mắc phải: "Đừng như con ngựa và con la là vật vô tri, phải dùng hàm khớp và dây cương mới giữ chúng được ; nếu không, chúng chẳng chịu đến gần con" (32:9).

Đa-vít đã từng giống như một con la bướng bỉnh khi không chịu tự nguyện đi theo đường lối Chúa. Mãi cho đến khi phải dùng đến hàm khớp và dây cương của sự đau khổ thì ông mới quỳ xuống và cuối cùng là nhận thức đúng đắn về tội lỗi của mình. Nỗi đau buộc ông phải nhận biết sự vi phạm mình. Giờ đây, ông nói với chúng ta: "Đừng phạm sai lầm giống tôi! Đừng như con la! Đừng chống cự Đức Chúa Trời! Nếu bạn làm vậy, Ngài sẽ phải sử dụng đến những phương cách đầy đau đớn để đem bạn trở lại đúng đường, bởi vì Ngài thật sự quan tâm đến sự thánh khiết của bạn hơn là niềm vui trước mắt của bạn. Hãy để Chúa là Chúa và nhanh chóng đáp ứng với lời Ngài."

Nếu chúng ta hiểu thông điệp vĩ đại này của Phúc âm, thì chúng ta cũng sẽ muốn chia sẻ thông điệp này cho những người khác như Đa-vít đã làm. Chúng ta sẽ nài nỉ cả những anh chị em tín hữu sa ngã và những người chưa tin quay trở lại với Đấng Christ và tin cậy Ngài. Nhờ đó họ sẽ tránh được những khổ đau kinh khiếp và nhận được những phước hạnh lớn lao: "Kẻ ác có nhiều nỗi đau đớn, nhưng người nào tin cậy Đức Giê-hô-va thì sự nhân từ bao phủ người ấy" (32:10).

"Hãy vui mừng trong Chúa"

Thi Thiên này kết thúc bằng lời mời gọi "người công chính", là những người ở trong mối quan hệ đúng đắn với Chúa, hãy vui mừng trong Ngài và ngợi khen Ngài: "Hỡi người công chính, hãy vui vẻ và mừng rỡ nơi Đức Giê-hô-va! Hỡi những ai có lòng ngay thẳng, hãy reo mừng!" (32:11).

Nếu chúng ta nhận biết tội lỗi mình và trân trọng sự tha thứ của Đức Chúa Trời, chúng ta sẽ có rất nhiều điều để ca ngợi Ngài. Có thể chúng ta phải trải qua nhiều thử thách trên đất, nhưng chúng ta chịu thử thách với nhận thức rằng Đức Chúa Trời ở cùng chúng ta. Và, trong tư cách những người được Đấng Christ xưng công chính, chúng ta có thể đảm bảo rằng chúng ta sẽ được hưởng cõi đời đời với Ngài. Chúng ta có thể hát lên những lời tuyệt diệu của Charles Wesley:

> Nào còn ai lên án hay dọa nạt chúng ta
>
> Giê-xu hiến tất cả cho tôi rồi.
>
> Từ nay tôi sinh hoạt trong Chúa luôn
>
> Mặc lấy công bình như áo Chúa ban.
>
> Đến ngôi trời cao, ân phước chứa chan
>
> Nhờ Ngài nhận lãnh, triều thiên diệu vinh
>
> Gần Chúa Chí Tôn. Ngài hứa tiếp nghinh
>
> Điều Chúa hứa ban, mãi thuộc về tôi.[6]

---

6. Charles Wesley, "And Can it Be that I Should Gain?"

Chương 4

NGHI NGỜ

²⁴Lúc Đức Chúa Jêsus đến thì Thô-ma gọi là Đi-đim, một trong mười hai sứ đồ, không có ở đó với họ. ²⁵Các môn đồ khác nói với ông: "Chúng tôi đã thấy Chúa." Nhưng Thô-ma đáp: "Nếu tôi không thấy dấu đinh trong bàn tay Ngài, nếu tôi không đặt ngón tay tôi vào chỗ dấu đinh, và không đặt bàn tay tôi vào sườn Ngài thì tôi sẽ không tin." ²⁶Tám ngày sau, các môn đồ lại họp trong nhà, Thô-ma cũng có ở đó với họ. Dù các cửa đều đóng, Đức Chúa Jêsus đến đứng giữa họ và nói: "Bình an cho các con!" ²⁷Rồi Ngài bảo Thô-ma: "Hãy đặt ngón tay con vào đây và xem bàn tay Ta. Hãy đưa bàn tay con ra và đặt vào sườn Ta. Đừng vô tín, nhưng hãy tin!" ²⁸Thô-ma thưa rằng:"Lạy Chúa của con và Đức Chúa Trời con!" ²⁹Đức Chúa Jêsus nói: "Có phải vì thấy Ta nên con tin chăng?Phước cho những người không thấy mà tin!"

³⁰Đức Chúa Jêsus còn làm nhiều dấu lạ khác trước mặt các môn đồ mà không ghi chép trong sách nầy. ³¹Nhưng các việc nầy được ghi chép để anh em tin rằng Đức Chúa Jêsus là Đấng Christ, Con Đức Chúa Trời, và để khi anh em tin thì nhờ danh Ngài mà được sự sống.

Giăng 20:24–31

Tom được một người bạn mời đến dự một loạt những buổi nhóm giới thiệu về niềm tin Cơ Đốc giáo cho những ai sẵn sàng tìm hiểu. Anh rất ấn tượng bởi những gì đã nghe và dần dần tin rằng đó là thật. Sau một vài tuần, khi vị diễn giả đưa ra cơ hội cho những ai muốn cầu nguyện xin Chúa tha tội và xin Ngài giúp đỡ để bắt đầu đời sống Cơ Đốc, Tom quyết định cầu nguyện theo. Ban đầu anh cảm thấy thật tuyệt vời; anh cảm nhận sự vui mừng, bình an và mục đích sống mà trước đây anh chưa bao giờ kinh nghiệm. Nhưng giờ đây, sau một vài tháng, sự hào hứng của những ngày đầu đã bắt đầu phai nhạt. Anh phát hiện ra đời sống Cơ Đốc là một trận chiến. Anh cứ tái đi tái lại những tội lỗi cũ và anh không thật sự cảm nhận sự gần gũi với Đức Chúa Trời nữa. Lần đầu tiên, những câu hỏi bắt đầu hiện lên trong đầu anh. Có phải tất cả đều là sự thật, hay anh chỉ bị một cơn sóng cảm xúc kéo đi? Anh không muốn nói với những người bạn Cơ Đốc mới quen về những nghi ngờ dai dẳng trong anh. Anh nghĩ họ sẽ không đồng tình đâu; có vẻ như họ luôn tin chắc mọi thứ.

Jane đã tin Chúa mấy chục năm rồi. Cô là một thành viên sốt sắng của hội thánh; ai cũng biết cô. Suốt nhiều năm cô đã phục vụ bằng nhiều cách: trong Ban Chấp sự, trong Trường Chúa nhật và trong tư cách một nhóm trưởng. Đối với mọi người, cô là một tín hữu mạnh mẽ, nhưng cô không cảm thấy như vậy. Cuộc sống của cô đã không ổn khá lâu. Hôn nhân thì không được như trước kia, con cái đang bước vào giai đoạn dở dở ương ương và cha mẹ cô thì già đi và lệ thuộc vào cô nhiều hơn. Cô cảm giác như thể cô lúc nào cũng phải ban cho mà nhận lại rất ít. Mọi thứ cô làm đều

NGHI NGỜ | 89

phải ráng sức. Mặc dù hơn bao giờ hết, cô ý thức mình rất cần sự thêm sức và hiện diện của Đức Chúa Trời để giúp cô sống trọn từng ngày, nhưng cô không cảm nhận được sự hiện diện của Ngài ở với cô. Suốt mấy tháng qua cô đã bắt đầu đặt ra những câu hỏi mà trước giờ chưa bao giờ cô phải nghĩ đến: "Chúa có quan tâm đến tôi không? Ngài có thật sự yêu tôi không?" Thi thoảng cô thậm chí còn tự hỏi Ngài có thật sự tồn tại hay không.

"Đức tin trong hai tâm trí"

Tom và Jane chỉ là những nhân vật tưởng tượng, nhưng có nhiều người thật giống như họ. Chắc chắn tất cả các tín hữu đôi khi phải chiến đấu, bằng cách này hay cách khác, với cuộc chiến ngờ vực. Chúng ta phải hiểu rằng nghi ngờ không đồng nghĩa với vô tín. Quá nhiều người không nhận ra sự khác biệt giữa chúng và, kết quả là, cảm thấy mặc cảm tội lỗi về nghi ngờ của mình và quá hổ thẹn nên không dám chia sẻ điều đó với người khác. Vì thế, họ không bao giờ nhận được sự giúp đỡ và khích lệ mà họ cần. Nhưng có một sự khác biệt quan trọng giữa ngờ vực và vô tín. Vô tín trong Kinh Thánh là một quyết định tội lỗi, đó là quay lưng với Đức Chúa Trời. Tuy nhiên, người nghi ngờ là người vẫn mở lòng cho Chúa và khao khát tin Ngài với cả tấm lòng nhưng, vì một lý do nào đó, cảm thấy khó tin. Một quyển sách rất hữu ích về chủ đề này có tựa đề *Doubt: Faith in Two Minds* (Tạm dịch: *Nghi ngờ: Đức tin trong Hai Tâm Trí*).[1] Sách định nghĩa nghi ngờ là "Một trạng thái tinh thần lơ lửng giữa tin và không tin để rồi chẳng cái nào trọn vẹn mà mỗi thứ có một ít."[2]

Nghi ngờ không phải là tội, nhưng nó là chuyện nghiêm trọng. Nếu không được xử lý một cách hợp lý thì nghi ngờ có thể dẫn đức tin tuột dốc xuống vô tín và rồi xa rời Chúa. Tôi hy vọng chương này sẽ hữu ích cho những ai đang tranh chiến với nghi ngờ và những ai đang cố gắng giúp đỡ họ. Chúng ta sẽ học từ phần ký thuật của Giăng về cuộc gặp gỡ giữa Chúa Giê-xu và người nghi ngờ nổi tiếng nhất: "Thô-ma Nghi ngờ." Tâm điểm của chúng ta không phải là những ngờ vực của Thô-ma mà là những gì phân đoạn đó dạy dỗ chúng ta về đức tin Cơ Đốc.

1. Đức tin Cơ Đốc là có cơ sở

2. Đức tin Cơ Đốc là đức tin

3. Đức tin Cơ Đốc là điều sống còn

1. Đức tin Cơ Đốc là có cơ sở

Con người đương đại

Ban đầu chắc hẳn Thô-ma không nghĩ rằng có gì hợp lý trong đức tin Cơ Đốc. Chắc chắn ông đã có mặt ở Gô-gô-tha, địa điểm hành quyết, khi Chúa Giê-xu bị đóng đinh lên

---

1. O. Guinness, *Doubt: Faith in Two Minds* (Tring, UK, 2nd edn, 1983).

2. Guinness, *Doubt*, tr. 19.

cây thập tự, chịu nỗi đau đớn thống khổ suốt ba giờ và sau đó trút hơi thở cuối cùng. Có lẽ ông cũng đã quan sát khi thầy mình được đưa xuống và sau đó được bạn hữu và họ hàng vây quanh khóc thương, rồi được chôn trong mộ phần. Nhưng giờ đây tất cả các môn đồ đều nói với anh rằng họ đã thấy Chúa Giê-xu sống lại. Chúng ta có thể hiểu vì sao Thô-ma không tin. Người chết không thể nào sống lại được. Có lẽ ông cảm thấy thương cho các bạn mình. Tại sao họ không dám đối mặt với sự thật và chấp nhận hiện thực phũ phàng? Chúa Giê-xu, người bạn và nguồn cảm hứng của họ, người mà trước giờ họ vẫn tin là Đấng Mê-si-a, đã chết và câu chuyện kết thúc. Trong lòng, ông muốn tin vào sự sống lại ấy, nhưng lý trí không cho phép ông làm như vậy. Trước hết ông cần những chứng cứ vững chắc. Vì thế ông nói với những người khác: "Nếu tôi không thấy dấu đinh trong bàn tay Ngài, nếu tôi không đặt ngón tay tôi vào chỗ dấu đinh, và không đặt bàn tay tôi vào sườn Ngài thì tôi sẽ không tin" (câu 25).

Thô-ma là hình ảnh của một con người đương đại. Ngày nay nhiều người có thể đã thấy những điểm mạnh của đức tin Cơ Đốc. Họ nhận biết rằng sống vì điều gì đó và có được nguồn an ủi trong lúc cần đến quả là điều tuyệt vời, nhưng tâm trí họ không cho phép họ tin. Họ sợ đức tin đòi hỏi phải lờ đi những khám phá khoa học và tự sát về mặt lý trí.

Những người khác thì không khắt khe như thế. Họ nhận ra rằng có chỗ cho đức tin ngay cả trong thời kỳ hiện đại và khoa học của chúng ta, nhưng đó là một đức tin tách rời khỏi lý trí. Họ được thu hút đến với chủ nghĩa huyền bí Đông phương hay phong trào "Thời đại Mới". Hình thái tâm linh ngày càng phổ biến trong thế giới hậu hiện đại này tập trung vào kinh nghiệm và tìm cách gặp gỡ đấng tối cao và đấng thần linh trên bình diện ít duy lý. Đối với nhiều người, nếu niềm tin thuộc về một nơi nào đó của thế kỷ hai mươi mốt thì đó là tâm linh, tâm hồn, không phải lý trí; chẳng có gì hợp lý trong đó cả.

Đức tin Cơ Đốc được xây trên nền vững chắc

Ngược với những giả định của nhiều người ngày nay, Kinh Thánh nhấn mạnh rằng đức tin Cơ Đốc là có cơ sở. Đức tin đó được dựa trên những chứng cứ vững chắc mà lý trí có thể suy xét rồi hành động theo. Dù đức tin cần phải tác động lên mọi khía cạnh trong nhân cách của tín hữu và không bao giờ chỉ nằm ở cái đầu, nhưng đức tin không bao giờ tách rời khỏi tâm trí, đức tin Cơ Đốc dựa trên lý trí.

Đức tin Cơ Đốc được xây trên những nền tảng vững chắc. Cơ Đốc giáo không phải chỉ là một chuỗi những tư tưởng mà có nền tảng lịch sử. Chúng ta được kêu gọi để tin vào sứ điệp Cơ Đốc không chỉ bởi vì nó vui tai và chúng ta cảm thấy nó tốt đối với mình, nhưng bởi vì sứ điệp đó là thật.

Giăng hướng chúng ta về những sự kiện lịch sử trong Phúc âm của mình. Ông mô tả bảy "dấu lạ": những phép lạ bày tỏ rằng Chúa Giê-xu không phải là một con người bình thường mà là Con Đức Chúa Trời. Sao có thể khác được khi

Ngài có khả năng chữa lành người mù, hóa bánh cho 5000 người ăn và làm người chết sống lại? Trong chương áp chót của Phúc âm Giăng, ông đưa ra bằng chứng thuyết phục nhất trong tất cả những bằng chứng: Chúa Giê-xu đã sống lại từ cõi chết. Giăng nhấn mạnh đi nhấn mạnh lại rằng sự sống lại đó không phải là một chuyện hoang đường mà thật sự đã xảy ra. Những môn đồ đầu tiên không chỉ nhắm mắt lại rồi giả vờ như Chúa Giê-xu đã sống lại; họ đã nhìn thấy Ngài!

Chắc hẳn đó phải là khoảng thời gian khó khăn đối với Thô-ma. Giữa vòng những môn đồ nóng cháy, đầy lòng tin, ông là người duy nhất không có lòng tin chắc. Chẳng lẽ họ đều mất trí cả sao? Một tuần sau khi những người khác tuyên bố rằng họ đã thấy Chúa Giê-xu phục sinh, họ đều họp lại với nhau phía sau cánh cửa khóa chặt. Bằng cách nào đó, Chúa Giê-xu đã đột ngột xuất hiện giữa vòng họ và nói: ""Bình an cho các con!" (câu 26). Rồi Ngài nói với Thô-ma: "Hãy đặt ngón tay con vào đây và xem bàn tay Ta. Hãy đưa bàn tay con ra và đặt vào sườn Ta. Đừng vô tín, nhưng hãy tin!" (câu 27).

Chúa Giê-xu đã nhân từ cung cấp cho Thô-ma tất cả những chứng cứ mà ông muốn thấy. Thô-ma đáp lại với tinh thần thờ phượng: "Lạy Chúa của con và Đức Chúa Trời con" (câu 28). Ông không cần phải ngừng suy nghĩ thì mới có thể đưa ra lời tuyên bố đó. Ngược lại, chính lý trí đã thuyết phục ông. Đức tin của ông được đặt trên bằng chứng.

Đức Chúa Trời không đòi hỏi bất kỳ ai phải tự vẫn về mặt trí tuệ. Chúng ta cần phải nắm rõ điều này trong trí, đặc biệt khi chúng ta nói với người khác về niềm tin Cơ Đốc của mình. Các sách Phúc âm không phải là những câu chuyện hoang đường; chúng mô tả những điều thật sự đã xảy ra. Lu-ca bắt đầu sách Phúc âm của mình bằng một lời xưng nhận rất ấn tượng rằng mình là một nhà sử học cẩn thận:

> [1]Thưa ngài Thê-ô-phi-lơ khả kính, có nhiều người đã cố gắng biên soạn một bản tường thuật về những việc đã được thực hiện giữa chúng ta, [2]đúng như những người đã từng chứng kiến và phục vụ đạo Chúa(a) từ ban đầu truyền lại cho chúng ta. [3]Vì thế, sau khi cẩn thận tra cứu mọi việc từ đầu, tôi thiết tưởng cũng nên theo thứ tự mà viết cho ngài [4]để ngài biết những điều mình đã học là chắc chắn.

Lu-ca 1:1–4

Có lẽ bạn là một Cơ Đốc nhân đang đối diện với những ngờ vực. Rất nhiều yếu tố đã khiến bạn phải đặt ra những thắc mắc ấy. Hầu hết ngờ vực không đơn thuần thuộc về lý trí mà, như chúng ta sẽ thấy ở phần sau, có thể chủ yếu bắt nguồn từ tính khí hoặc hoàn cảnh của chúng ta. Bất kể điều gì đã xui cho bạn nghi ngờ, đừng quên đối thoại với chúng và nhắc chúng nhớ về những nền tảng lịch sử vững chắc của đức tin. Khi bạn tranh chiến với những thắc mắc, đừng quên những câu trả lời bạn đã tìm được. Khi bạn bị những điều mơ hồ tóm lấy, hãy nhớ về những điều bạn tin chắc.

Một người bạn của tôi đã bị thuyết phục sau khi đọc thấy Kinh Thánh nói rằng Chúa Giê-xu là Con Đức Chúa Trời và Ngài đã sống lại từ cõi chết. Anh không bao giờ dao động khỏi những xác quyết đó. Nhưng đôi khi những nghi ngờ và câu hỏi khác lại làm anh bối rối. Chúng có khuynh hướng tấn công anh vào buổi sáng và khiến anh phải tranh chiến với việc bước ra khỏi giường và miễn cưỡng sống cho Đấng Christ thêm một ngày nữa. Giờ đây anh đã học được cách để nói với chính mình. Anh hỏi: "Chúa Giê-xu có phải là con Đức Chúa Trời không?" Anh đáp lại "Phải! Đúng vậy!" "Chúa Giê-xu có thật đã sống lại không?" "Thật!" Rồi anh tiếp: "Ồ, thế thì đừng có rầu rĩ nữa, dậy và sống với chân lý đó đi nào!"

2. Đức tin Cơ Đốc là đức tin

"Chúng ta bước đi bằng đức tin, chứ không bởi mắt thấy"

Dù Thô-ma đặt đức tin trên nền tảng của những gì ông thấy bằng chính con mắt của mình, nhưng chúng ta ngày nay không thể mong đợi phải kinh nghiệm những chứng cứ vật lý y như vậy. Chúa Giê-xu đã về trời và Ngài không còn hiện diện trong thân xác vật lý này nữa. Ngài nói với Thô-ma: "Có phải vì thấy Ta nên con tin chăng? Phước cho những người không thấy mà tin!" (câu 29). Ở đây Chúa Giê-xu đang nói với tất cả những ai, trong đó có cả chúng ta, sống vào thời điểm sau khi Ngài rời khỏi thế gian này và vì thế được kêu gọi để tin mặc dù không thấy.

Chúng ta phải hiểu rõ chữ "đức tin" ở đây có nghĩa gì. Một số người chưa tin Chúa đánh đồng đức tin với việc tin vào những điều không thể: nhắm mắt lại rồi buộc mình phải tin vào những gì bạn biết là không đúng hoặc tin vào những điều bạn chẳng có lý do hợp lý nào để tin cả. Giáo sư Richard Dawkins của Đại học Oxford đã không giấu giếm sự khinh miệt của mình đối với niềm tin tôn giáo. Ông nói: "Niềm tin là sự tin tưởng mù quáng, thiếu vắng chứng cứ, thậm chí còn bất chấp chứng cứ."[3]

Một số Cơ Đốc nhân đáp trả lời châm biếm ấy bằng cách đi quá xa theo hướng ngược lại. Họ nói, đức tin hoàn toàn không phải hành động liều lĩnh. Họ nói như thể họ có những chứng cứ thuyết phục để chứng minh mọi điều Cơ Đốc nhân được kêu gọi để tin và chống trả tất cả những sự chống đối. Họ có những câu trả lời sắc sảo cho tất cả mọi câu hỏi và khăng khăng cho rằng họ không bao giờ gặp bất cứ khó khăn nào trong niềm tin của mình. Nhưng họ đã không xem xét đến thực tạicủa việc sống trong thế giới hiện tại. Có những điều chúng ta có thể biết chắc, nhưng cũng có nhiều điều chúng ta không biết. Chúng ta chưa bước vào thiên đàng. Vì chúng ta vẫn chờ đợi sự trở lại của Đấng Christ và sống trong thế giới sa ngã nên việc có những điều mơ hồ và những câu hỏi không lời giải đáp là điều không thể tránh

---

3. R. Dawkins, *The Selfish Gene* (Oxford: Oxford University Press, 2nd edn, 1989), tr. 198.

NGHI NGỜ | 97

khỏi. Chúng ta sống bởi đức tin, chứ không bởi mắt thấy (2 Cô 5:7)

Chúng ta không thể chứng minh một cách chắc chắn mà không có chút nghi ngờ nào rằng Đức Chúa Trời thực hữu, rằng Chúa Giê-xu là Con Đức Chúa Trời. Điều đó cũng đúng với hầu hết những điều thật sự quan trọng. Chúng ta có thể chứng minh theo toán học rằng 2 + 2 = 4, nhưng chúng ta không thể chứng minh rằng mẹ chúng ta yêu thương chúng ta. Tôi có thể đưa ra rất nhiều bằng chứng về tình yêu của mẹ dành cho tôi, nhưng bạn vẫn có thể phản bác bằng cách nói: "Bà ấy chỉ giả vờ thế thôi vì muốn bạn cho tiền hoặc mong bạn sẽ chăm sóc bà lúc già yếu." Tôi không thể *chứng minh* cho bạn thấy rằng bạn đã sai nhưng tôi vẫn biết rằng bạn sai. Lord Tennyson viết trong cuốn "Hiền nhân thở xưa" (*The Ancient Sage*):

> Vì chẳng có điều gì đáng được minh chứng có thể chứng minh được,
>
> Cũng không thể bác bỏ: do đó ngươi hãy khôn ngoan,
>
> Luôn luôn bám lấy phía nhiều nắng ấm hơn của sự ngờ vực.[4]

Tôi không thể minh chứng rằng Chúa Giê-xu đã sống lại và hằng sống. Chúa Giê-xu sẽ không hiện ra cho tôi trong thân xác phục sinh đặc biệt. Nhưng, tôi được kêu gọi để tin dựa trên nền tảng của những gì người khác đã thấy. Giăng nói cho chúng ta biết rằng ông viết Phúc âm của mình để

---

4. D. H. S. Nicholson và A. H. E. Lee, *The Oxford Book of English Mystical Verse* (Camarillo, CA: Acropolis Books, 1997).

cung cấp cho chúng ta một ký thuật từ những lời chứng tai nghe mắt thấy về chức vụ của Chúa Giê-xu hầu cho chúng ta, là những người không nhìn thấy, có thể tin. Ông nói chúng ta:

> Đức Chúa Jêsus còn làm nhiều dấu lạ khác trước mặt các môn đồ mà không ghi chép trong sách nầy. Nhưng các việc nầy được ghi chép để anh em tin rằng Đức Chúa Jêsus là Đấng Christ, Con Đức Chúa Trời, và để khi anh em tin thì nhờ danh Ngài mà được sự sống.

> Giăng 20:30–31

Chúng ta chấp nhận hầu hết những gì chúng ta tin trên cùng một nền tảng ấy: những gì người khác kể lại cho chúng ta. Nếu tôi là người khôn ngoan, tôi sẽ không tin mọi điều người khác kể lại. Nhưng sự khôn ngoan cũng đòi hỏi tôi không thể không tin một điều gì đó đơn giản chỉ bởi tôi không tự mình chứng kiến nó. Tôi chưa bao giờ thấy Napoleon Bonaparte, nhưng tôi tin ông ấy từng sống trên đời. Có những lý do hợp lý để tôi tin như vậy, cũng giống như có những lý do hợp lý để chấp nhận lời chứng của những Cơ Đốc nhân ban đầu về Chúa Giê-xu.

Đức tin được thử nghiệm qua đau khổ

Đức tin Cơ Đốc là có cơ sở, nhưng nó vẫn là đức tin. Đôi khi đức tin đó có thể được thử nghiệm một cách khắc nghiệt. Có nhiều điều chúng ta không biết và không hiểu. Đôi khi những gì chúng ta thấy dường như đi ngược lại những gì chúng ta tin, đặc biệt khi chính chúng ta phải chịu khổ hoặc chứng kiến người khác chịu khổ. Joseph Parker, một mục sư của hội thánh London's City Temple vào cuối thế kỷ 19, đã quả quyết mình chẳng bao giờ nghi ngờ gì về niềm tin cho đến khi vợ ông qua đời lúc ông 68 tuổi. Sau này ông viết:

> Trong giờ khắc đen tối ấy tôi gần như trở thành một kẻ vô tín. Vì Chúa đã giẫm đạp lên những lời cầu nguyện của tôi và coi khinh những lời nài xin của tôi. Nếu tôi thấy một con chó nào đau đớn như tôi lúc ấy, tôi sẽ thương xót nó và giúp đỡ nó; thế mà Chúa lại vùi dập tôi và đuổi tôi đi như một kẻ làm Ngài bực mình – đuổi tôi vào trong hoang mạc mênh mông và đêm tối mù mịt không một ánh sao.[5]

Có thể những nghi ngờ của chúng ta tập trung vào sự đau khổ. Đức Chúa Trời có thật sự yêu thương không? Ngài có đang nắm quyền điều khiển chăng? Ngài có hiện diện không? Kinh Thánh có đưa ra cho chúng ta một số câu trả lời; Kinh Thánh tuyên bố rằng Đức Chúa Trời có hiện diện và Ngài vừa yêu thương vừa tể trị. Nhưng chúng ta vẫn còn đó nhiều câu hỏi.

Một số nghi ngờ bắt nguồn từ những mong đợi thiếu thực tế. Nếu chúng ta nghĩ rằng Đức Chúa Trời sẽ giữ gìn chúng ta khỏi mọi phiền muộn, hay ít nhất là luôn giúp chúng ta hiểu thấu tại sao Ngài cho phép điều ấy xảy ra, thì chúng ta sẽ sớm thất vọng và có thể nghi ngờ tình yêu của Ngài. Nhưng Đức Chúa Trời không hề hứa ban cho người thuộc về Ngài một cuộc sống dễ dàng. Những người nam, người nữ vĩ đại của đức tin trong Kinh Thánh, như những

---

5. J. Stott, *The Cross of Christ* (Leicester, UK: IVP, 1986), tr. 312.

người được liệt kê trong Hê-bơ-rơ 11 chẳng hạn, được kêu gọi tiếp tục tin cậy ngay cả trong những gì họ không nhìn thấy giữa những khổ đau kinh khiếp. Đôi khi họ thất vọng kêu lên với Chúa giống như tác giả thi thiên: "Đức Giê-hô-va ôi! Ngài mãi quên con cho đến chừng nào? Ngài ẩn mặt với con cho đến bao giờ?" (Thi 13:1). Chúng ta không nên ngạc nhiên khi phải đối mặt với những khó khăn và nghi ngờ; chúng là một phần bình thường của đời sống đức tin. Đức tin Cơ Đốc là đức tin, chứ không phải điều mắt thấy.

Ánh sáng trong đêm tối

Giả sử tôi sắp xếp để đi uống cà phê với một người bạn cũ và đã trễ 20 phút so với giờ hẹn mà cô ấy vẫn chưa đến. Tôi không lập tức cho rằng cô ấy không thích tôi và trước giờ chỉ giả vờ làm bạn với tôi thôi. Tôi không biết vì sao cô ấy đến trễ nhưng dựa trên những gì tôi biết về cô ấy, tôi cho rằng phải có lý do nào đó cô ấy mới đến trễ như thế. Cũng vậy, chúng ta có thể tin cậy Chúa dù có những điều chúng ta không hiểu, dựa trên những gì chúng ta đã biết. Tôi chắc rằng Đức Chúa Trời là tình yêu nhờ những gì Ngài đã bày tỏ cho tôi qua Con Ngài là Chúa Giê-xu và qua sự chết của Ngài trên thập tự giá vì tôi. Và sự sống lại của Ngài đảm bảo với tôi rằng Đức Chúa Trời quyền năng và một ngày nào đó, Ngài sẽ khiến mọi thứ trở về đúng chỗ của nó khi Chúa Giê-xu trở lại vào thời chung cuộc. Những chân lý vĩ đại đó cho tôi đủ ánh sáng để tôi có thể kiên trì giữa bóng đêm đen của thế giới hiện tại.

3. Đức tin Cơ Đốc là điều sống còn

Vấn đề sống còn

Hầu hết mọi người đều cho rằng đức tin Cơ Đốc cũng giống như một sở thích vậy. Có thể chúng ta thấy khó hiểu về thú tiêu khiển mà ai đó lựa chọn, nhưng chuyện người khác chọn chơi với bong bóng thay vì tập múa hay chơi bóng rổ không hề quan trọng với chúng ta. Cũng vậy, xã hội của chúng ta xem việc lựa chọn niềm tin của cá nhân, cho dù là Cơ Đốc giáo, Hồi giáo hay vô thần, là chuyện không quan trọng: "đạo ai nấy giữ." Nhưng Kinh Thánh lại đưa ra một cái nhìn khác. Đức tin Cơ Đốc không phải là mộtchọn lựa thêm vào tùy ý và chúng ta có thể sống vui mà không cần đến nó; nhưng đó là vấn đề sống còn. Một chiếc áo quảng bá cho chương trình truyền giảng đã trình bày ý này một cách rất mạnh mẽ. Phía sau lưng áo viết: "Không Chúa Giê-xu, không có sự sống" nhưng phía trước ngực thì công bố: "Biết Giê-xu, biết sự sống."

Về bản chất, chúng ta đã chết về mặt tâm linh, đối diện với sự xa cách Chúa đời đời vì nổi loạn chống nghịch Ngài. Đấng Christ đã đến để mang đến cuộc sống trọn vẹn, là điều chỉ có thể tìm thấy trong mối liên hệ với Cha Ngài thông qua chính Ngài (Giăng 10:10; 17:3). Sự sống đời đời đó được đảm bảo thông qua sự chết của Ngài và được đón nhận bằng đức tin:

Vì Đức Chúa Trời yêu thương thế gian đến nỗi đã ban Con Một của Ngài, hầu cho hễ ai tin Con ấy không bị hư mất mà được sự sống đời đời.

Giăng 3:16

Ai tin Con thì được sự sống đời đời, ai không chịu tin Con thì chẳng kinh nghiệm được sự sống đâu, nhưng cơn thịnh nộ của Đức Chúa Trời vẫn ở trên người ấy."

Giăng 3:36

Giăng tin chắc rằng việc chúng ta có đức tin Cơ Đốc hay không là điều rất đỗi quan trọng. Lòng tin quyết ấy thúc đẩy ông viết sách Phúc âm của mình để người đọc "tin rằng Đức Chúa Jêsus là Đấng Christ, Con Đức Chúa Trời, và để khi anh em tin thì nhờ danh Ngài mà được sự sống" (20:31). Nếu đức tin quan trọng như vậy, thì suy ra sự nghi ngờ cũng là việc hệ trọng. Nếu không được giải quyết cách hợp lý, thì nghi ngờ có thể dẫn đến vô tín và sự chết về mặt tâm linh. Chúng ta cần làm tất cả những gì mình có thể để giúp các Cơ Đốc nhân đang ở trong nghi ngờ; chúng ta cũng cần tìm cách giải quyết những nghi ngờ của chính mình một cách chân thành và đúng theo Kinh Thánh.

"Hãy thương xót những người hay nghi ngờ"

Giu-đe viết: "Hãy thương xót một số người hay nghi ngờ" (Giu-đe 22). Chúng ta không được đoán xét những người đang tranh chiến với những nghi ngờ, cũng không được khinh thường họ; ngược lại, chúng ta nên làm những gì mình có thể để hỗ trợ họ. Khi làm vậy, chúng ta cần tránh cám dỗ nói năng quá vội vàng. Bác sĩ chỉ có thể đưa ra phương cách điều trị phù hợp khi đã chẩn đoán chính xác thể nào, thì chúng ta cũng chỉ có thể đưa ra phương thuốc tâm linh phù hợp cho bạn hữu mình khi chúng ta hiểu rõ bản chất và nguồn cơn của sự nghi ngờ của họ thể ấy. Chúng ta cần phải lắng nghe trước khi nói. Bản thân chuyện lắng nghe đã có thể là một sự khích lệ đối với người khác khi họ bắt đầu cảm thấy rằng có ai đó vừa quan tâm vừa hiểu họ.

Khi lắng nghe, chúng ta cũng cần tìm cách nhận biết gốc rễ của sự nghi ngờ là gì. Có thể cả hai người đều nói rằng họ đang tranh chiến trong chuyện đặt lòng tin nơi Chúa bởi vì tất cả những khổ đau trên thế giới này, nhưng những nghi ngờ của họ có những nguyên do rất khác nhau, vì thế cần được phản hồi theo những cách khác nhau. Đối với người này, đó có thể chỉ đơn thuần là vấn đề lý trí đòi hỏi một đáp ứng mà họ thấy hợp lý. Nhưng với người khác, đó có thể là một vấn đề tình cảm sâu xa mà nguyên nhân đến từ việc cá nhân họ đang phải nếm trải khổ đau. Nếu vậy, việc dội cho một người đang chịu tổn thương như vậy một tá những lập luận kiểu triết học là điều không phù hợp.

Sau khi vợ C. S. Lewis qua đời, ông đã viết nhật ký, trong đó ông ghi lại tất cả những cảm xúc của mình. Một ngày nọ, sau khi viết phần nhật ký mới, ông nhận xét: "Hôm qua mình đã viết điều này rồi. Đó là tiếng kêu la chứ không còn là một suy nghĩ nữa."[6] Đó là tiếng khóc đớn đau từ tận đáy tim hơn là một cách bày tỏ hữu lý từ lý trí. Cơ Đốc nhân

---

6. Guinness, *Doubt*, tr. 162.

khôn ngoan sẽ nhận ra những thời điểm mà người ta khao khát đôi tai lắng nghe với sự cảm thông hơn là việc thảo luận về thần học hay đáp ứng thần học.

Yếu tố tính cách

Như chúng ta đã nói, có rất nhiều yếu tố có thể thúc đẩy sự nghi ngờ, và mỗi trường hợp đòi hỏi phương pháp khác nhau. Một số tính cách nhất định đặc biệt có xu hướng nghi ngờ. Một số người có bản tính hay lo lắng. Mỗi khi lái xe ra khỏi nhà, họ hay lo không biết mình có quên rút điện bàn là không, ngay cả khi họ đã kiểm tra hai lần rồi. Những người khác lại luôn có khuynh hướng chất vấn người có thẩm quyền, hoặc đòi phải có những câu trả lời hợp lý cho mọi câu hỏi. Những người khác nữa lại bị tổn thương bởi những nỗi đau trong quá khứ nổi họ thấy thật khó tin cậy vào lời hứa của Chúa. Chúng ta không trách họ ví đã nghi ngờ, nhưng họ cần được giúp để hiểu chính mình và những nghi ngờ của mình dựa trên tính cách và hoàn cảnh.

Đức tin phải được trưởng dưỡng

Chúng ta phải chịu trách nhiệm về một số nghi ngờ mà chúng ta kinh nghiệm. Không có gì ngạc nhiên khi chúng ta thấy Chúa dường như xa xôi và không có thật nếu như chúng ta không còn nỗ lực để trưởng thành trong đời sống Cơ Đốc nữa.

Đức tin sống là một mối liên hệ, và giống như bất cứ mối liên hệ nào, nó cũng cần được ấp ủ, nuôi dưỡng và quý trọng... Giống như một môn nghệ thuật hay một kỹ năng, đức tin không chỉ phải được học mà phải được gìn giữ nhờ thực hành và phải được phát triển. Một người chơi pi-a-nô cho buổi hòa nhạc phải luyện tập tám tiếng một ngày, hoặc một vận động viên ma-ra-tông phải chạy 30 đến 50 km trên đường tập như thế nào, thì đức tin cũng được lớn lên mạnh mẽ nhờ tin tưởng nhưng sẽ hao mòn nếu không được sử dụng như thế ấy.[7]

C. S. Lewis đưa ra quan sát: "Nếu bạn khảo sát 100 người đã lìa bỏ niềm tin vào Cơ Đốc giáo, thì tôi tự hỏi bao nhiêu người trong số họ mất niềm tin vì được thuyết phục bởi lập luận chân thành? Chẳng phải phần nhiều người chỉ đơn thuần là từ từ thả trôi thôi sao?"[8]

Sự thả trôi có thể khởi đầu rất chậm nhưng sau đó, nếu không được kiểm soát, sẽ nhanh chóng tăng tốc cách chóng mặt. Ban đầu, nó có thể chỉ là việc không có thời gian đều đặn để ở một mình với Chúa, không thường xuyên đi nhóm với hội thánh sau khi chuyển đến ở một khu vực mới hoặc những thỏa hiệp nho nhỏ với tội lỗi. Kết quả là, chúng ta thấy Chúa dường như rất xa xôi so với ngày xưa và việc tiếp tục lao dốc trở nên dễ dàng hơn nhiều. Càng tiến sâu, chúng ta càng cảm thấy Ngài xa cách và rất có thể đó là khi nghi ngờ trở nên dữ dội.

Đôi khi những nghi ngờ ấy về thực chất có thể vừa do tội lỗi (vì cảm thấy Chúa xa mình quá) vừa do lời biện hộ cho tội lỗi gây ra. Một người trước đây là người bạn cầu

7. Guinness, *Doubt*, tr. 113.
8. Được trích dẫn trong Guinness, *Doubt*, tr. 113

nguyện với tôi, nhưng chỉ một năm sau, anh ấy đã chống tôi trong một cuộc tranh luận về chân lý của Cơ Đốc giáo. Đó không phải bởi vì anh ấy mới phát hiện ra một lý do mới mẻ nào đó để chống lại niềm tin. Vấn đề nằm ở đạo đức. Anh ấy bắt đầu có mối quan hệ với một người bạn gái không tin Chúa, vì thế chuyện anh ấy tin Chúa là chuyện bất lợi cho mối quan hệ ấy. Tôi chẳng làm được gì mấy cho anh ấy ngoại trừ việc thúc giục anh ăn năn.

Chúa Giê-xu có lần đã nói: "Nếu ai sẵn lòng làm theo ý muốn của Đức Chúa Trời thì sẽ biết lời Ta dạy đến từ Đức Chúa Trời hay Ta tự nói theo ý mình" (Giăng 7:17). Chúng ta không nên ngạc nhiên nếu Chúa Giê-xu dường như xa ta lắm vì chúng ta quay lưng lại với Ngài và chống lại ý muốn của Ngài dành cho cuộc đời của chúng ta. Có những nghi ngờ đến chủ yếu bởi vì sự không vâng phục. Trong trường hợp đó, bước đầu tiên dẫn đến sự phục hồi là quay lưng lại với tội lỗi và "chọn làm theo ý muốn Đức Chúa Trời" trở lại.

Suy nghĩ sai lầm

Có những ngờ vực bắt nguồn từ suy nghĩ sai lầm. Một nhà văn đã ghi lại quan sát sau:

> Vì lý do này hay lý do khác, tín hữu đã đưa vào đầu mình những ý tưởng sai lầm về Đức Chúa Trời, giữa người ấy với Đức Chúa Trời hoặc giữa người ấy với việc đặt lòng tin nơi Đức Chúa Trời. Vì người ấy không nhận ra những việc mình đang làm, nên người ấy đổ lỗi cho Đức Chúa Trời thay vì đổ lỗi cho cách nghĩ sai lầm của mình, không nhận ra rằng Đức Chúa Trời không hề như thế. Không thể

nhìn thấy Chúa đúng như bản chất của Ngài, nên người ấy không thể tin cậy Chúa như đáng phải tin cậy, vì thế nghi ngờ là kết quả tất yếu.[9]

Thuốc giải cho độc tố nghi ngờ ấy là sự dạy dỗ đúng đắn về Đức Chúa Trời dựa trên Kinh Thánh. Chúng ta có thể chỉ cho những người coi Chúa như một vị bạo chúa thiếu lòng khoan dung thấy hình ảnh tối thượng đó là tình yêu tự nguyện hy sinh trên thập tự giá của Ngài. Những người khác lại có ấn tượng Đức Chúa Trời giống như một ông bụt, lúc nào cũng sẵn sàng ban sức khỏe và sự thịnh vượng cho tất cả những người trung thành với Ngài. Khi họ không hài lòng vì Ngài không cho họ những thứ họ muốn, họ cần phải được nhắc nhở rằng Đức Chúa Trời quan tâm trước nhất đến sự thánh khiết của chúng ta chứ không phải hạnh phúc ngắn ngủi của chúng ta. Ngài là một người Cha yêu thương sẵn lòng kỷ luật con cái mình vì ích lợi cho chúng ta (Hê 12:7–11).

Đáp lại những nghi ngờ của riêng mình

Không phải lúc nào chúng ta cũng có thể điều khiển được những suy nghĩ đến trong lòng chúng ta hoặc cảm nhận lọt vào trong đầu chúng ta, nhưng chúng ta có thể đảm bảo rằng mình đáp lại chúng một cách khôn ngoan. Thay vì để cho sự nghi ngờ tràn ngập trong chúng ta, chúng ta nên không ngừng cầu nguyện, giữ quan điểm đúng đắn và kiên trì trong nếp sống Cơ Đốc.

---

9. Guinness, *Doubt*, tr. 67.

Cầu nguyện

Đừng bao giờ ngừng trò chuyện với Chúa. Ngài biết những suy nghĩ và cảm nhận của chúng ta, nên giấu giếm Ngài chẳng mang lại ích lợi gì. Chúng ta có thể dùng những lời của người đàn ông trong các sách Phúc âm, là người đã nói với Chúa Giê-xu: "Tôi tin, xin giúp cho sự vô tín của tôi!" (Mác 9:24).

Cách suy nghĩ

Cuốn sách *Thư quỷ* (*The Screwtape Letters*) của C. S. Lewis chứa đựng lời khuyên từ một con quỷ già dành cho một con quỷ trẻ về cách để làm cho các Cơ Đốc nhân khổ sở. Trong một lá thư, hắn viết rằng cách tốt nhất để biến Cơ Đốc nhân trở thành kẻ vô tín là khiến họ suy nghĩ, không phải về Chúa, mà về tình trạng tâm trí của mình dành cho Chúa. Kết quả là họ sẽ quá bận rộn với những cảm xúc và nghi ngờ của mình đến nỗi không còn tìm đến với Ngài nữa.[10]

Điều đáng ngạc nhiên là chúng ta dễ dàng bị thu hút vào những lối suy nghĩ này. Một nhà văn đã quan sát như sau: "Nghi ngờ giống như một đứa trẻ tìm cách thu hút sự chú ý: khi bạn quan tâm đến nó, nó đòi hỏi bạn phải quan tâm đến nó nhiều hơn. Bạn bị mắc kẹt trong một vòng luẩn quẩn mà bạn thấy mình khó có thể thoát ra nổi. Nếu bạn càng cho những nghi ngờ của mình ăn, chúng sẽ càng lớn."[11]

---

10. C. S. Lewis, *The Screwtape Letters* (London: Fontana, 1974), tr. 35.

11. A. McGrath, *Doubt* (Leicester, UK: IVP, 1990), tr. 111.

Chúng ta không nên làm ngơ trước những nghi ngờ của mình, nhưng cũng không nên để chúng thao túng. Giữa tất cả những điều mơ hồ chúng ta phải không ngừng nhắc nhở bản thân về những gì chúng ta có thể biết chắc. Chúng ta cần luôn giữ cách suy nghĩ đúng đắn và giữ mình tập trung vào Đức Chúa Trời.

Kiên trì

Một số người là mẫu người cầu toàn. Họ có một đầu óc ngăn nắp quá sức đến mức họ không thể đối diện với những mục tiêu mơ hồ, không rõ ràng. Họ có khuynh hướng để cho đời sống Cơ Đốc của mình giậm chân tại chỗ cho tới khi tất cả những thắc mắc của họ được giải quyết. Điều đó là thiếu thực tế, vì chúng ta vẫn luôn có những câu hỏi không thể giải đáp trong thế giới sa ngã này; nhưng đó cũng là điều thiếu khôn ngoan. Đức tin phải được thực hành nếu không nó sẽ suy yếu và, thậm chí, chết. Đức Chúa Trời kêu gọi chúng ta kiên trì trong nếp sống Cơ Đốc, bất chấp những nghi ngờ của mình, tiếp tục chiến đấu cho đến khi Đấng Christ trở lại thì tất cả những tranh chiến của chúng ta sẽ chấm dứt. Đến ngày đó, chúng ta sẽ không chỉ tin; mà sẽ được thấy nữa.

Chương 5

TRẦM CẢM

[1]Đức Chúa Trời ôi! Linh hồn con mơ ước Chúa

Như con nai cái thèm khát khe nước.

[2]Linh hồn con khát khao Đức Chúa Trời,

Là Đức Chúa Trời hằng sống.

Khi nào con sẽ đến

Và được gặp mặt Ngài?

[3]Hằng ngày, người ta cứ hỏi con:

"Đức Chúa Trời ngươi đâu?"

Thì con nuốt nước mắt thay cho thức ăn

Suốt đêm ngày.

[4]Xưa con đi cùng đoàn dân,

Dẫn họ đến nhà Đức Chúa Trời

Với tiếng reo mừng và ca ngợi,

Giữa đoàn dân đông dự lễ.

Bây giờ nhớ lại những điều ấy

Lòng con buồn thảm, xót xa.

[5]Hỡi linh hồn ta, vì sao ngươi sờn ngã

Và bồn chồn trong mình ta?

Hãy hi vọng nơi Đức Chúa Trời; Ta sẽ còn ca ngợi Ngài nữa,

Vì nhờ gặp mặt Ngài mà ta được giải cứu.

[6]Đức Chúa Trời con ôi!

Linh hồn con nao sờn trong con;

Từ đất Giô-đanh, từ núi Hẹt-môn

Và từ gò Mít-sê-a, con nhớ đến Chúa.

[7]Vực thẳm gọi nhau

Trong tiếng ào ào của thác nước Chúa;

Các lượn sóng và nước lũ của Chúa

Phủ chụp lấy con.

[8]Dù vậy, ban ngày Đức Giê-hô-va ban sự nhân từ Ngài;

Ban đêm, bài hát Ngài ở cùng con,

Tức là bài cầu nguyện với Đức Chúa Trời, là Đấng ban sự sống cho con.

[9]Con sẽ thưa với Đức Chúa Trời là Vầng Đá của con rằng:

"Sao Chúa quên con?

Vì sao con phải buồn thảm

Dưới sự áp bức của kẻ thù?"

[10]Khi kẻ thù chế giễu con,

Hằng ngày chúng cứ hỏi:

"Đức Chúa Trời ngươi đâu?"

Khiến con đau đớn như xương cốt bị gãy.

[11]Hỡi linh hồn ta, vì sao ngươi sờn ngã

Và bồn chồn trong mình ta?

Hãy hi vọng nơi Đức Chúa Trời; vì Ta sẽ còn ca ngợi Ngài,

Là Đấng cứu giúp ta và là Đức Chúa Trời của ta.

Đức Chúa Trời ôi! Xin biện minh cho con

Và bênh vực lý lẽ của con chống lại một dân vô đạo;

Xin giải cứu con

Khỏi kẻ dối gạt và gian ác.

[2]Vì Đức Chúa Trời ôi! Chúa là đồn lũy của con;

Sao Ngài từ bỏ con?

Tại sao con phải buồn thảm

Dưới sự áp bức của kẻ thù?

[3]Xin ánh sáng và chân lý Ngài chiếu rọi

Để dẫn dắt con,

Đưa con lên núi thánh,

Là nơi ngự của Ngài.

[4]Bấy giờ con sẽ đến bàn thờ Đức Chúa Trời,

Đến với Đức Chúa Trời là nguồn vui bất tận của con:

Lạy Chúa là Đức Chúa Trời của con,

Con sẽ lấy đàn hạc mà ca ngợi Ngài.

[5]Hỡi linh hồn ta, vì sao ngươi sờn ngã và bồn chồn trong mình ta?

Hãy hi vọng nơi Đức Chúa Trời;

Ta sẽ còn ca ngợi Ngài nữa:

Vì Ngài là Đức Chúa Trời của ta và nhờ gặp mặt Ngài mà ta được giải cứu.

Thi Thiên 42 và 43

Chứng cảm cúm thông thường của tâm trí

Gần đây, một người bạn trẻ đến gặp tôi. Tôi cảm nhận mọi thứ đang không ổn nên hỏi cậu thế nào. Ban đầu cậu ấy khoác lên mình một bộ mặt rất dũng cảm và nói cậu vẫn bình thường, nhưng rồi sau đó sự thật bắt đầu lộ ra. Cậu đã sống trong khổ sở suốt nhiều tuần liền. Cậu chẳng hiểu chuyện gì đang diễn ra; trước đây cậu chưa bao giờ cảm thấy như thế. Cậu đã đánh mất tất cả động lực để "thức dậy và bước ra" và chẳng hứng thú với bất cứ điều gì. Giấc ngủ của cậu luôn đầy ắp những suy tư, mộng mị. Ban đầu cậu thường không thể nào chợp mắt; có những ngày cậu lại thức dậy rất sớm, vẫn còn mệt đừ, nhưng không tài nào ngủ lại được. Kéo mình ra khỏi giường luôn là một cuộc chiến; cậu muốn nằm ì trên giường suốt ngày. Cậu không có chút năng lượng nào, mọi thứ đều cần phải nỗ lực. Kết quả là cậu bị trễ nải trong công việc và cậu cảm thấy càng ngày mình càng mất kiểm soát. Mọi thứ đều đổ ập trên cậu. Cậu thường xuyên buồn phát khóc; đôi khi cậu không tài nào ngừng khóc. Cậu biết cậu cần được giúp đỡ nhưng cậu lại không biết tìm đến với ai. Đức Chúa Trời dường như xa vạn dặm và cậu cảm thấy mình tách biệt khỏi bạn bè. Họ chẳng thể nào hiểu nổi những gì cậu đang trải qua đâu! Cậu còn chẳng hiểu nổi mình nữa mà! Cậu ao ước có thể trốn chạy. Đôi khi cậu ước gì cậu chưa bao giờ được sinh ra; trong những khoảnh khắc tồi tệ nhất cậu còn nghĩ đến việc tự tử. Những suy nghĩ đầy muộn phiền này lại thêm vào cảm giác mặc cảm mạnh mẽ mà đôi khi nó quá sức chịu đựng. Là người tin Chúa, tại sao cậu lại không tràn ngập niềm vui nhỉ? Có phải những cảm xúc tuyệt vọng đầy tiêu cực này chắc hẳn là những triệu chứng của một tấm lòng ngập tràn tội lỗi không? Không phải vậy đâu! Cậu ấy đang trải qua một trong số những triệu chứng kinh điển của một căn bệnh khá phổ biến: trầm cảm.

Trước giờ người ta định nghĩa trầm cảm là "chứng cảm cúm thông thường của tâm trí" - không phải vì nó chỉ là một lời phàn nàn yếu ớt, nhưng vì rất nhiều người bị chứng bệnh này. Người ta ước tính có khoảng 1/3 những người đi thăm khám bác sĩ bị bệnh trầm cảm ở một mức độ nào đó. Thuốc chống trầm cảm nằm trong số thuốc được kê toa nhiều nhất. Từ "trầm cảm" bao trùm nhiều mức độ kinh nghiệm khác nhau. Chúng ta ai cũng có lúc cảm thấy xuống tinh thần. Đối với một số người, chu kỳ này diễn ra thường xuyên hơn và kéo dài lâu hơn, và những lúc xuống tinh thần ấy thì xuống cực sâu. Không chỉ có một nguyên do. Trầm cảm có thể do hoàn cảnh, do những kinh nghiệm trong quá khứ, do tính cách hoặc đơn giản chỉ là do đặc tính sinh học của cơ thể. Cơ Đốc nhân chắc chắn cũng không miễn nhiễm. Chẳng những không thể tránh bị trầm cảm, mà đức tin Cơ Đốc thậm chí có thể khiến cho kinh nghiệm ấy dường như khó đối phó hơn. Bệnh trầm cảm có thể tác động đến mọi lĩnh vực của đời sống và nhân cách của chúng ta trong đó có cả đời sống tâm linh. Đức tin có thể thêm vào sự chịu khổ một chiều kích khác theo ý nghĩa là nếu cảm xúc của bạn bị giảm đi, bạn sẽ không còn cảm nhận sự hiện diện của Chúa như bạn đã từng cảm nhận. Cảm giác như thể Chúa đã bỏ rơi bạn. Điều này có thể dẫn đến mặc cảm tội lỗi như người bạn của tôi đã mô tả. Nói theo tựa đề của quyển sách rất hữu ích đối với Cơ Đốc nhân trong chủ đề này, *Tôi không cần phải cảm thấy như vậy.*[1] Thi Thiên 42 và 43 là những liều thuốc rất hữu ích cho lối suy nghĩ đó. Tác giả thi thiên này là một tín hữu mạnh mẽ trong đức tin, nhưng ông cũng đang cảm thấy sờn lòng.

Hỡi linh hồn ta, vì sao ngươi sờn ngã

Thi Thiên 42 và 43 có liên hệ với nhau. Không có phần tiêu đề ở đầu Thi Thiên 43. Hai Thi Thiên này tạo thành một bài thơ có ba khổ, mỗi khổ kết thúc bằng một điệp khúc giống nhau:

Hỡi linh hồn ta, vì sao ngươi sờn ngã

Và bồn chồn trong mình ta?

Hãy hi vọng nơi Đức Chúa Trời; Ta sẽ còn ca ngợi Ngài nữa,

Vì nhờ gặp mặt Ngài mà ta được giải cứu.

1. C. Williams, *I'm Not Supposed to Feel Like This* (London: Hodder, 2002).

Thi Thiên 42:5, 11, 43:5

Tác giả Thi Thiên rõ ràng đang rất xuống tinh thần. Ông cảm thấy tâm linh khô hạn, thậm chí cảm thấy bị bỏ rơi (câu 1). Ông tuôn tràn giọt lệ và có vẻ như ông cũng đã không còn hứng thú ăn uống gì cả (câu 3). Ông "sờn ngã" (hay chúng ta có thể nói là "bẹp dí một chỗ") và "bồn chồn", trong lòng ông không có bình an (câu 5). Ông bị lấn át, mọi thứ như đang treo lơ lửng trên đầu ông. Ông cảm nhận như thể mình đang chìm nghỉm (câu 7). Ông cô đơn, thấy như mọi người đang chối bỏ mình (câu 9). Đó là một lời mô tả về sự chán nản hết sức sống động và chính xác.

Những Cơ Đốc nhân đối diện sự ngã lòng cần phải được đảm bảo rằng họ không đơn độc. Nếu những triệu chứng này cứ dai dẳng không dứt và tác động lớn đến đời sống thường nhật của một người, thì người đó cần đi gặp bác sĩ. Thuốc thang và "phương pháp trị liệu bằng cách nói ra", chẳng hạn như liệu pháp nhận thức-hành vi, có thể đem lại sự khác biệt thật sự. Đơn thuốc giống như trong hai thi thiên này, uống cùng với hoặc không cần uống với nước, buổi sáng và buổi tối – có khi là cả sáng và tối – có thể cũng hiệu quả. Đọc Kinh Thánh và cầu nguyện thường là một thách thức lớn đối với những ai đang ngã lòng, vì thế đòi hỏi việc suy ngẫm cách sâu sắc từng chi tiết là một mong đợi thiếu thực tế. Nhiều người thấy việc chỉ đọc những lời thi thiên này thôi cũng rất hữu ích, nó nhắc nhở họ rằng họ không đơn độc. Tác giả thi thiên đã cảm nhận những gì họ cũng đang cảm nhận và những lời của ông là cách bày tỏ bằng lời những kinh nghiệm của chính họ. Họ cũng nhận thấy nó không chỉ là tiếng nói của một người cũng đang chịu khổ như họ, nhưng cũng nhận ra đó là lời của Đức Chúa Trời phán với họ khi đang ngã lòng và giúp họ đáp ứng cách tin kính. Tôi hy vọng phần nghiên cứu hai thi thiên này của chúng ta sẽ là một niềm khích lệ, không chỉ cho những ai đang tranh chiến với sự ngã lòng, nhưng với tất cả chúng ta khi chúng ta đối diện với những thăng trầm của đời sống. Chúng khích lệ chúng ta vừa bày tỏ những cảm xúc của mình, vừa xử lý chúng.

1. Bày tỏ cảm xúc của bạn

Những điều cấm kỵ của xã hội liên quan đến bệnh tật về tinh thần khiến những người đang đau khổ vì ngã lòng càng cảm thấy bị bỏ rơi. Nếu chúng ta bị cảm hoặc bị gãy chân, chúng ta chẳng cần phải suy nghĩ về việc có nên nói cho người khác không; nhưng nếu chúng ta chán nản, bản năng của chúng ta là giữ nó cho riêng mình. Có thể chúng ta còn cảm thấy xấu hổ và cảm giác như người khác khinh thường chúng ta nếu họ biết những gì chúng ta đang trải qua. Kết quả là, nhiều người kìm nén những cảm xúc của mình, hiếm khi dám nhận là mình đang cảm thấy như vậy, huống hồ gì là nói cho người khác. Nhưng tác giả thi thiên này không hề có sự trốn tránh hay bối rối ấy. Ông cởi mở về những gì ông cảm nhận: với chính mình và ngay cả với người khác, dù chỉ là với một vài người bạn đáng tin cậy và với Chúa.

Gương mẫu của ông khích lệ chúng ta bày tỏ cảm xúc của mình thay vì chôn giấu chúng.

Trong mỗi khổ thơ, tác giả Thi Thiên lại bộc lộ lòng mình. Một nhà giải kinh đã tóm tắt cách tác giả Thi Thiên mô tả tâm trạng của mình bằng ba từ: "khô hạn", "nhận chìm" và "nản lòng."[2]

Khô hạn (Thi Thiên 42:1–5)

Đức Chúa Trời ôi! Linh hồn con mơ ước Chúa

Như con nai cái thèm khát khe nước.

Thi Thiên 42:1

Một con vật ở một vùng đất khô hạn đang lê bước một cách mệt nhọc, tuyệt vọng lần tìm khe nước. Lưỡi nó đã dích chặt lên vòm họng và nó thở hổn hà hổn hển. Đây là một bức tranh sinh động mô tả một người đang khát khao Đức Chúa Trời. Những người ngã lòng thường cũng cảm thấy mình ít được tôn trọng. Họ cảm thấy ai cũng mạnh mẽ và tốt đẹp hơn họ – về thể chất, tinh thần và tâm linh. Tôi biết một bà tín hữu bị trầm cảm nặng, tinh thần lúc lên lúc xuống, trong nhiều năm trường. Có lần bà nói với tôi: "Tôi vô dụng quá. Đức tin của tôi thì yếu đuối và so với người khác tôi chẳng có gì tốt cả." Nhưng đó chắc chắn không phải là điều mà những người khác trong hội thánh nghĩ về bà. Cách bà không ngừng chiến đấu trong tư cách một Cơ Đốc nhân bất

2. M. Wilcock, *The Message of the Psalms 1–72* (The Bible Speaks Today; Leicester, UK: IVP, 2001), tr. 155.

chấp những tranh chiến của mình là nguồn cảm hứng cho chúng tôi. Bà khao khát Chúa cách diệu kỳ. Khi không cảm nhận được sự hiện diện của Chúa bên cạnh, bà không bỏ cuộc, nhưng kêu gào với Ngài, giống như tác giả Thi Thiên đã làm:

> Linh hồn con khát khao Đức Chúa Trời,
>
> Là Đức Chúa Trời hằng sống.
>
> Khi nào con sẽ đến
>
> Và được gặp mặt Ngài?

Thi Thiên 42:2

Chẳng những không hề là dấu hiệu của một đức tin yếu mỏn, mà những lời trên thể hiện một đức tin mạnh mẽ dưới áp lực to lớn. Tác giả thi thiên không hề bỏ cuộc. Dù lòng cảm thấy thế nào, ông cũng vẫn quyết đeo đuổi Chúa.

Người ngoài nhạo cười ông:

> Hằng ngày, người ta cứ hỏi con:
>
> "Đức Chúa Trời ngươi đâu?"
>
> Thì con nuốt nước mắt thay cho thức ăn
>
> Suốt đêm ngày.

Thi Thiên 42:3

Chắc hẳn ông cũng đã hỏi câu này khi nghe người ta chế nhạo mình "Ngài đâu rồi, Chúa ôi!" Phần sau của thi thiên này, ông hỏi: "Sao Chúa quên con?", "Sao Ngài từ bỏ con?" (43:2). Nhưng một lần nữa, những tiếng kêu ấy không thể hiện sự vô tín, mà chúng xuất phát từ một tấm lòng tin cậy Chúa. Ông ao ước cảm nhận sự hiện diện của Chúa với mình một lần nữa.

Bị nhận chìm (Thi 42:6–11)

Đức Chúa Trời con ôi!

Linh hồn con nao sờn trong con;

Từ đất Giô-đanh, từ núi Hẹt-môn

Và từ gò Mít-sê-a, con nhớ đến Chúa.

Thi Thiên 42:6

Phần đề tựa của thi thiên này cho chúng ta biết tác giả là một trong những người con của Cô-ra. Các con trai Cô-ra có trách nhiệm đặc biệt trong việc hướng dẫn thờ phượng bằng âm nhạc trong đền thờ tại Giê-ru-sa-lem. Nhưng tác giả thi thiên này giờ đây đang ở xa thành về phía bắc của đất nước, gần núi Hẹt-môn. Chúng ta không được biết vì sao ông lại ở đó,[3] nhưng điều chúng ta biết chắc là ông rất đau khổ vì điều đó. Ông buồn – không chỉ bởi vì ông đang xa nhà, nhưng cũng bởi vì ông cảm thấy bị cắt lìa khỏi Chúa. Ông không còn có thể đi thờ phượng Chúa tại đền thờ, là tâm điểm của sự hiện diện của Đức Chúa Trời đối với dân Y-sơ-ra-ên.

---

3. Rất có thể ông là tù nhân chiến tranh. Qua 2 Các Vua 14, chúng ta biết rằng vua Giô-ách của Y-sơ-ra-ên tấn công vương quốc Giu-đa ở phía Nam và bắt con tin từ Giê-ru-sa-lem đem về vương quốc phía bắc.

Tác giả Thi Thiên mô tả cảm xúc mãnh liệt của mình bằng hình ảnh đầy sức lan tỏa:

Vực thẳm gọi nhau

Trong tiếng ào ào của thác nước Chúa;

Các lượn sóng và nước lũ của Chúa

Phủ chụp lấy con.

Thi Thiên 42:7

Điều đáng chú ý là ông không hề nghi ngờ sự tể trị của Đức Chúa Trời: ông nói về "thác nước *Chúa*", "các lượn sóng và nước lũ *của Chúa*". Những gì ông đang trải qua không phải là xui xẻo, nhưng chúng đều ở dưới quyền tể trị và điều khiển của Chúa. Nhưng tư tưởng ấy khiến ông bối rối, chứ không cho ông sự an ủi. Trên thực tế, ông nói: "Chúa ơi, Ngài đang làm gì vậy? Ngài nghiền nát con, Ngài đang chôn vùi con và con không chịu nổi." Ông cảm giác như thể đất đá từ đáy vực không ngừng đập liên hồi vào ông. Ông không tài nào tìm được chỗ đứng yên, nhưng khi ông kêu cầu Đức Chúa Trời là hòn đá của ông, thì Ngài không nghe tiếng ông. Nó như thể ông đã bị từ bỏ và phải tự mình đối diện với chúng:

Con sẽ thưa với Đức Chúa Trời là Vầng Đá của con rằng:

"Sao Chúa quên con?

Vì sao con phải buồn thảm

Dưới sự áp bức của kẻ thù?"

Thi Thiên 42:9

Cảm xúc của ông quá mãnh liệt đến mức chúng được thể hiện bằng ngôn ngữ của thân thể "con đau đớn như xương cốt bị gãy" (câu 10). Chán nản thường tác động đến thân thể, đôi khi có thể dẫn đến đau nhức cũng như những bệnh tật khác.

Nản lòng (Thi Thiên 43:1–5)

Đức Chúa Trời ôi! Xin biện minh cho con

Và bênh vực lý lẽ của con chống lại một dân vô đạo;

Xin giải cứu con

Khỏi kẻ dối gạt và gian ác.

Thi Thiên 43:1

Xung quanh toàn những người không tin kính, những người chống đối ông và không thể tin cậy được, tác giả thi thiên kêu cầu Chúa nhưng không nhận được hồi đáp. Trong nỗi tuyệt vọng của mình, khi không có chỗ nào để nhờ cậy, ông chạy đến Đức Chúa Trời xin Ngài bảo vệ, nhưng ông cảm thấy như thể tiếng kêu cứu của ông bị lờ đi:

Vì Đức Chúa Trời ôi! Chúa là đồn lũy của con;

Sao Ngài từ bỏ con?

Tại sao con phải buồn thảm

Dưới sự áp bức của kẻ thù?

Thi Thiên 43:2

C. S. Lewis mô tả những trải nghiệm của mình sau khi vợ ông qua đời trong một cuốn sách vô cùng chân thực, *A Grief Observed* (*Chiêm nghiệm nỗi đau*). Ông viết:

> Trong lúc ấy Chúa ở đâu? Đến với Ngài khi bạn tuyệt vọng nhất, khi tất cả những nguồn giúp khác đều vô vọng, và bạn được gì? Một cách cửa đóng sầm trước mặt bạn, và một tiếng đóng sầm nữa, và một tiếng đóng sầm nữa bên trong. Sau đó, im lặng.[4]

Đức Chúa Trời không từ bỏ con dân Ngài, nhưng đây thỉnh thoảng là điều chúng ta cảm nhận. Ngay cả những tín hữu trung tín nhất cũng có thể trải nghiệm sự chán nản vô cùng và cảm giác cô độc thuộc linh. Charles Spurgeon, người thường xuyên chịu những đợt chán nản, có lần đã nói: "Dưới Tòa lâu đài Chán Nản là những ngục tối."[5] Chúng ta không nên ngạc nhiên nếu đây là kinh nghiệm chúng ta phải trải qua. Đó không phải là dấu hiệu cho thấy đức tin của chúng ta yếu ớt hay đó là điều gì đáng hổ thẹn và phải giữ cho riêng mình. Tấm gương của tác giả thi thiên là một lời khích lệ chúng ta hãy bày tỏ cảm xúc của mình. Có thể chúng ta không muốn cả thế giới biết nhưng, ít nhất, chúng ta cần chia sẻ với một hoặc hai người bạn đáng tin cậy. Và chúng ta cần nói với Chúa, cũng như chia sẻ với Ngài cảm giác của mình. Dù sao thì Ngài cũng đã biết, nên chuyện giả vờ như không có gì đối với Ngài là không ích lợi gì. Ngài hiểu chúng ta hoàn toàn và yêu chúng ta cách sâu sắc.

---

4. C. S. Lewis, *A Grief Observed* (London: Faber and Faber, 1973), tr. 9.

5. A. Dallimore, *Spurgeon* (Edingburgh: Banner of Truth, 1991), tr. 186.

2. Xử lý những cảm xúc của mình

Hỡi linh hồn ta, vì sao người sờn ngã

Và bồn chồn trong mình ta?

Hãy hi vọng nơi Đức Chúa Trời; Ta sẽ còn ca ngợi Ngài nữa,

Vì nhờ gặp mặt Ngài mà ta được giải cứu.

Thi Thiên 42:5, 11, 43:5

Chúng ta không chỉ bộc lộ cảm xúc của mình, mà chúng ta còn phải xử lý chúng. Đó là điều tác giả thi thiên này đang làm trong phần điệp khúc của hai thi thiên này (42:5, 11; 43:5). Người ta thường nói rằng lẩm nhẩm với chính mình là dấu hiệu đầu tiên của bệnh tâm thần, nhưng đó cũng có thể là bước đầu tiên để được phục hồi trong lúc chán nản. Trong một bài viết rất hữu ích về chủ đề trầm cảm, một tác giả, khi nhớ lại chính kinh nghiệm của bản thân, đã cảnh báo: "Tâm trí bạn sẽ nói với bạn những điều không đúng."[6] Những cảm xúc và suy nghĩ tiêu cực là đặc điểm của bệnh trầm cảm. Chúng ta có thể thuyết phục chính mình: "Đó hoàn toàn là lỗi của mình", "chẳng ai yêu nổi mình đâu", "không còn hy vọng nào cả", "Chúa đã từ bỏ mình rồi." Nhưng cảm xúc của chúng ta thường phản ánh chân lý méo mó hoặc thậm chí phản ánh lời dối gạt. Thay vì chấp nhận chúng, chúng ta cần học cách đáp trả chúng. Đó là lời khuyên của Martyn Lloyd-

---

6. Roger Carswell, Treasures of Darkness: Depression – A Personal Point of View," *Evangelicals Now* (Oct. 2005).

Jones trong chương đầu tiên của cuốn sách Trầm cảm thuộc linh (Spiritual Depression):

> Bạn có nhận ra rằng hầu hết những bất hạnh đều là do bạn nghe chính mình nói thay vì nói với chính mình không? Hãy cất bỏ những tư tưởng đến với bạn ngay giờ khắc bạn thức giấc vào buổi sáng. Bạn không sinh ra chúng nhưng chúng lại bắt đầu nói với bạn, chúng mang những vấn đề, lỗi lầm của ngày hôm qua trở lại... Ai đó đang nói với bạn. Ai đang nói với bạn vậy? Chính bạn đang nói với bạn... Cốt lõi của vấn đề là phải hiểu rằng cái tôi này của chúng ta, một con người khác bên trong chúng ta, cần phải được xử lý. Đừng nghe người ấy nói, chống trả lại hắn, khích lệ hắn, nhắc nhớ hắn về những gì bạn biết, thay vì cứ lẳng lặng lắng nghe hắn nói và để hắn kéo bạn xuống và làm bạn chán nản. Vì đó là điều lúc nào hắn cũng sẽ nói với bạn nếu bạn để cho hắn điều khiển.[7]

Sau khi đã bày tỏ cảm xúc của mình, chúng ta không được phép để cho chúng điều khiển chúng ta. Chúng ta cần học cách chịu trách nhiệm về bản thân: để nói với chính mình, chất vấn chính mình và khuyên bảo chính mình. Tác giả Thi Thiên này là tấm gương cho chúng ta noi theo.

Nhìn vào

Hỡi linh hồn ta, vì sao ngươi sờn ngã

Và bồn chồn trong mình ta?

---

7. M. Lloyd-Jones, *Spritual Depression* (Basingstoke, UK: Pickering, 1965), tr. 20–21.

Thi Thiên 42:5a, 11a, 43:5a

Tác giả Thi Thiên nhìn vào chính mình và đặt câu hỏi: "Tại sao?" Ông cố gắng hiểu được nguyên do khiến ông chán nản. Đó là một khởi điểm đúng đắn mỗi khi chúng ta cảm thấy xuống tinh thần. "Tại sao tôi lại có cảm giác này?"

Có thể có lý do hoàn toàn hợp lý cho cảm giác hiện tại của chúng ta. Đôi khi chúng ta phải trải qua những hoàn cảnh khó khăn ngặt nghèo. Chúng ta nên biết chắc rằng tang chế hay bệnh tật có thể ảnh hưởng đến tâm trạng của mình. Nhưng đôi khi, một khi chúng ta đã tra xét nguyên do của sự chán nản, thì chúng ta có thể thấy rằng nguyên nhân dựa trên một sự hiểu nhầm hoặc một hành động thái quá. John Piper đã viết một ký thuật tiểu sử ngắn về William Cowper, một nhà thơ của thế kỷ mười tám, một tín hữu nóng cháy và là người bị trầm cảm dai dẳng. Piper đã rút ra bài học này từ cuộc đời của nhà thơ: "Chúng ta bảo vệ chính mình khỏi những giờ khắc đen tối của sự buồn nản bằng cách nuôi dưỡng thái độ ngờ vực sâu sắc đối với những điều chắc chắn về sự tuyệt vọng."[8] Việc nhìn vào bản thân và tự hỏi: "Mọi thứ có tồi tệ như vẻ bề ngoài của nó không?" là rất hữu ích. Nếu câu trả lời là có, thì chúng ta có thể hỏi những câu hỏi tiếp theo: "Thật sự không có ánh sáng nào giữa những đám mây đen hay không có ánh sáng nào giữa bóng đêm sao? Không có điều gì để chúng ta có thể cảm ơn Chúa giữa những điều buồn nản này sao?"

---

8. J. Piper, *Tested by Fire* (Leicester, UK: IVP, 2001), tr. 109.

Chúng ta nên cẩn trọng khi hỏi người khác những câu hỏi đó. Bất cứ cách tiếp cận nào với một người đang ngã lòng mà làm cho họ hiểu theo kiểu "thôi nào, vui lên đi, kéo chính mình đứng lên đi; mọi thứ không tệ đến mức ấy đâu!" đều có thể khiến họ càng thêm chán nản. Nhưng những gì có thể không hiệu quả khi nghe từ người khác có thể rất ích lợi khi chúng ta áp dụng cho chính mình. Rất hữu ích khi đặt câu hỏi "tại sao?": "Hỡi linh hồn ta, vì sao ngươi sờn ngã?"

Nhìn lại

> Xưa con đi cùng đoàn dân,
>
> Dẫn họ đến nhà Đức Chúa Trời
>
> Với tiếng reo mừng và ca ngợi,
>
> Giữa đoàn dân đông dự lễ.
>
> Bây giờ nhớ lại những điều ấy
>
> Lòng con buồn thảm, xót xa.
>
> Thi Thiên 42:4

Tác giả Thi Thiên cũng nhìn lại khi ông nói với chính mình và xử lý những cảm xúc của mình. Ông nhớ lại những ngày tháng tươi đẹp trong quá khứ, trong trường hợp này là những lễ hội trọng đại của lịch Do Thái giáo khi những đoàn dân đông lũ lượt kéo lên Giê-ru-sa-lem và diễu hành vào đền thờ. Vì là một trong các con trai của Cô-ra, nên tác giả có lẽ đã đóng một vai trò quan trọng trong việc hướng dẫn phần âm nhạc. Đó là quãng thời gian đầy vui mừng khi họ cảm nhận Đức Chúa Trời rất thật và rất gần.

Rất có thể chính những hồi tưởng về niềm vui ngày xưa lại khiến cho mọi thứ trở nên tồi tệ hơn. J. B. Phillips, một dịch giả Kinh Thánh, đã bị suy sụp tinh thần trầm trọng. Khi được mời mô tả cảm xúc của mình, một trong những khía cạnh của sự ngã lòng mà ông nhận ra chính là cái mà ông gọi là "sự đau đớn do so sánh."[9] Ông cảm thấy gần như không thể chịu đựng nổi khi nhớ lại những ngày tươi đẹp trong quá khứ bởi vì những kỷ niệm ấy chỉ càng làm ông nhớ hiện tại đau khổ của ông mới đối lập làm sao. Nhưng việc nhớ lại những điểm sáng thuộc linh trong cuộc đời chúng ta ấy cũng có thể rất hữu ích. Có thể hiện thời Đức Chúa Trời dường như ở rất xa chúng ta. Nếu vậy, cũng rất ích lợi khi nhớ lại rằng không phải lúc nào ta cũng cảm nhận Ngài ở xa như thế. Có lẽ, chúng ta có thể nghĩ về những ngày đầu mới tin Chúa khi chúng ta đang trên đỉnh cao thuộc linh, hoặc về những ngày tháng phước hạnh khi Đức Chúa Trời rõ ràng đang hành động trong chúng ta và qua chúng ta.

Trong bản NIV, Thi Thiên 42:8 có vẻ như nói về khoảng thời gian phước hạnh về thuộc linh như thế: "Ban ngày Chúa sẽ ban lệnh cho tình thương Ngài ở với tôi, còn ban đêm bài ca của Ngài sẽ ở với tôi. Đó là lời cầu nguyện với Đức Chúa Trời của đời tôi." Những lời đó có vẻ như được đặt không đúng chỗ khi nằm giữa hai câu với tâm trạng buồn

---

9. G. Davies, *Genius and Grace* (Tain, Scotland: Christian Focus, 2005), tr. 221.

bã là câu 7 và câu 9, nhưng kinh nghiệm thuộc linh của chúng ta có thể giống như vậy. Chúng ta có thể gặp những lúc xuống tinh thần ghê gớm và sau đó tìm được sự giải tỏa, khi mọi thứ dường như tốt lên lại. Nhưng điều đó không nhất thiết phải là cái kết của sự ngã lòng ấy; có thể nó lại nhanh chóng quay trở lại.

Tuy nhiên, câu 8 cũng có thể được dịch là: "Trước đây, ban ngày CHÚA thường ban lệnh cho tình thương Ngài ở với tôi, còn ban đêm bài ca của Ngài thường ở với tôi" (Động từ ở thì quá khứ chưa hoàn thành). Có thể là, như trong câu 4, tác giả thi thiên đang hồi tưởng lại những ngày tháng vui vẻ thuộc linh trong quá khứ khi Chúa dường như rất thật. Những hồi ức ấy có thể là sự khích lệ để tiếp tục bền bỉ trong đức tin, ngay giữa thời khắc đen tối nhất. Những gì chúng ta đã tận hưởng trong quá khứ có thể là kinh nghiệm của chúng ta trong đời này và chắc chắn trên thiên đàng sẽ vượt trội hơn rất nhiều, vì thế nó đáng cho chúng ta tiếp tục bước tiếp.

Nhìn về phía trước

> Hãy hi vọng nơi Đức Chúa Trời; Ta sẽ còn ca ngợi Ngài nữa,
>
> Vì nhờ gặp mặt Ngài mà ta được giải cứu.
>
> Thi Thiên 42:5b, 11b; 43:5b

Những lời đó thể hiện quyết tâm trong hiện tại: "Ta *sẽ còn* ca ngợi Ngài nữa, ngay cả khi ta phải ca ngợi Ngài qua

làn môi bặm lại, hàm răng nghiến chặt." "Tôi sẽ tiếp tục
đến nhà thờ, gặp gỡ những người thuộc về Chúa và hát ngợi
khen Ngài, ngay cả khi đó là điều cuối cùng tôi cảm thấy
muốn làm." Nhưng tác giả đã bày tỏ nhiều hơn thế. Ông
không chỉ nói như một quyết tâm trong hiện tại, mà còn như
một sự tin quyết cho tương lai. Ông biết chắc rằng một ngày
nào đó, đám mây đen sẽ tan đi và ông lại sẽ cảm nhận ánh
sáng của sự hiện diện Chúa và lòng ngập tràn lời ngợi ca.
Dường như niềm hy vọng đó lớn lên trong ông khi ông tiếp
tục cho đến hết hai thi thiên này. Nỗi chán nản vẫn còn đó
cho đến cuối bài thơ (43:5), nhưng ông tin tưởng rằng rồi
một ngày nào đó sẽ qua đi:

> Ôi, xin ban ánh sáng và chân lý của Ngài
>
> để dẫn dắt con;
>
> Nguyện chúng dẫn đưa con đến núi thánh của Ngài,
>
> Và đến đền thờ Ngài,
>
> Để con sẽ đến bàn thờ của Đức Chúa Trời,
>
> Đến với Đức Chúa Trời, niềm vui khôn tả của con,
>
> Để con hòa theo tiếng đàn mà ca ngợi Ngài,
>
> Lạy Đức Chúa Trời, Thần của con.

Thi Thiên 43:3–4

Nếu tác giả Thi Thiên có thể nhìn về tương lai với niềm
hy vọng, thì chắc chắn chúng ta ngày nay, tức những người
sống sau khi Chúa Giê-xu giáng sinh, lại càng có thêm lý do
để hy vọng. Chúng ta không thể nào không nghĩ về Đấng

Christ khi đọc thi thiên này. Chắc chắn Đấng Christ đang ám chỉ đến niềm hy vọng ấy khi Ngài kêu lên trong vườn Ghết-sê-ma-nê: "Linh hồn Ta buồn bã gần chết" (Mác 14:34), "Bây giờ tâm hồn Ta xúc động" (Giăng 12:27). Ngài khát nước khi bị treo trên cây thập tự và cảm giác mình bị nhận chìm, chìm ngập trong những dòng nước của sự đoán xét. Ngài không chỉ cảm nhận bị Đức Chúa Cha từ bỏ – mà Ngài thật sự đã bị lìa bỏ, khi Ngài đối diện hình phạt thay cho tội lỗi của nhân loại. Chúng ta thờ phượng một Đấng Cứu Thế nếm biết khổ đau là gì, và nỗi khổ đau Ngài chịu gấp nhiều lần nỗi đau của sự chán nản đến cùng cực. Thế mà Ngài vẫn đặt hy vọng nơi Đức Chúa Trời và đã được bênh vực. Đức Chúa Trời đã khiến Ngài sống lại từ cõi chết và đặt Ngài ngồi bên hữu mình trên thiên đàng. Vì Ngài đã chết và sống lại, nên tất cả những ai tin nơi Ngài đều có thể đối diện với tương lai bằng niềm hy vọng vô bờ, bất chấp hoàn cảnh hiện tại của chúng ta bi đát ra sao. Những giọt nước mắt có thể làm đồ ăn cho chúng ta ngày và đêm, nhưng rồi sẽ đến một ngày Đấng Christ lau hết những giọt nước mắt của chúng ta. Chúng ta có thể ra đi khóc lóc, bị kẻ thù chèn ép, nhưng sẽ có ngày "sự chết sẽ không còn nữa, đau buồn hay khóc lóc hay đau đớn sẽ không còn nữa" (Khải 21:4) và cũng sẽ không còn kẻ thù nữa, ngay cả kẻ thù lớn nhất, tức ma quỷ, cũng sẽ bị trục xuất. Khi đó chúng ta sẽ vui hưởng sự sống đời đời trong cõi tạo vật mới toàn hảo của Đức Chúa Trời. Không điều gì có thể phá hỏng sự sống ấy: cả bệnh tật thể chất lẫn những buồn đau về tinh thần đều không thể. Khi đó, cuối cùng, tất cả những nỗi khao khát sâu kín nhất của lòng chúng ta đều sẽ được thỏa đáp. Chúng ta sẽ không còn khao khát Chúa nữa. Chúng ta sẽ mặt gặp mặt Ngài và sẽ có cả cõi đời đời để thỏa mãn cơn khát từ suối nguồn sự sống.

Trong khi chờ đợi, chúng ta chắc sẽ phải chịu khốn khổ nhiều. Đức Chúa Trời không hề hứa ban cho các Cơ Đốc nhân một hành trình nhẹ nhàng trên đất. Có thể chúng ta sẽ phải đối diện với những ngày đen tối ngã lòng. Nếu vậy, chúng ta cần để hai thi thiên này khích lệ và thách thức chúng ta. Chúng ta phải bày tỏ cảm xúc của mình, ít nhất là với Chúa và một vài người bạn đáng tin cậy, thay vì kìm nén chúng. Và chúng ta cần xử lý những cảm xúc của mình: nhìn vào, nhìn lại và nhìn về phía trước:

> Hỡi linh hồn ta, vì sao ngươi sờn ngã
>
> Và bồn chồn trong mình ta?
>
> Hãy hi vọng nơi Đức Chúa Trời;
>
> Ta sẽ còn ca ngợi Ngài nữa,
>
> Vì nhờ gặp mặt Ngài mà ta được giải cứu.
>
> Thi Thiên 42:5, 11; 43:5

Chương 6

KIÊU NGẠO

[33]Đức Chúa Jêsus và các môn đồ đến thành Ca-bê-na-um. Khi đã vào trong nhà rồi, Ngài hỏi các môn đồ: "Lúc đi đường, các con bàn cãi với nhau việc gì vậy?" [34]Nhưng họ làm thinh, vì dọc đường họ đã cãi nhau xem ai là người cao trọng hơn hết. [35]Ngài ngồi xuống, gọi mười hai sứ đồ và nói: "Nếu ai muốn làm đầu, thì phải làm cuối và làm đầy tớ cho mọi người." [36]Rồi Ngài đem một đứa trẻ đặt giữa các môn đồ; Ngài ẩm em bé trong tay và nói: [37]"Người nào vì danh Ta tiếp một đứa trẻ như thế nầy(u) tức là tiếp Ta; còn ai tiếp Ta, thì không phải tiếp Ta, nhưng tiếp Đấng đã sai Ta."

[38]Giăng thưa với Ngài: "Thưa Thầy, chúng con đã thấy có người nhân danh Thầy mà đuổi quỷ, và chúng con đã cấm vì người ấy không theo chúng ta." [39]Nhưng Đức Chúa Jêsus bảo: "Đừng cấm họ, vì không ai có thể vừa nhân danh Ta làm phép lạ lại vừa nói xấu Ta được. [40]Ai không chống chúng ta là ủng hộ chúng ta. [41]Còn ai nhân danh Ta mà cho các con một chén nước, vì các con thuộc về Đấng Christ. Thật, Ta bảo các con, người ấy sẽ không mất phần thưởng mình đâu.

Mác 9:33–41

"Trọng tội"

Bạn nghĩ tội lỗi tệ hại nhất là tội gì? Giết người hoặc hiếp dâm ư? Hay có lẽ là thái độ ích kỷ, dâm dục hoặc tham lam? Trong cuốn *Cơ Đốc giáo thuần nhất* (*Mere Christianity*), C. S. Lewis đặt tên một chương trong sách là "Tội trọng". Ông viết:

> Có một tội mà không một con người nào trên đất không mắc phải, tội mà tất cả mọi người trên thế giới đều biết khi người ấy thấy nó trong một người khác, và tội mà hiếm người nào... tưởng tượng mình lại là người mắc phải... Tội thuộc về bản chất, tội xấu xa nhất là kiêu ngạo. Bất khiết, giận dữ, tham lam, say sưa và tất cả những tội khác chỉ là nhỏ nhặt khi đem ra so sánh, chính bởi tính kiêu ngạo mà ma quỷ đã trở thành quỷ, kiêu ngạo dẫn đến những tội lỗi khác, đó là tình trạng tâm trí hoàn toàn chống nghịch Đức Chúa Trời.[1]

Nếu những gì vừa nói nghe có vẻ phóng đại, thì chúng ta cần xem xét bản chất của kiêu ngạo. Về bản chất, đó là cái tôi được thổi phồng quá mức: thái độ đặt tôi vào trung tâm của mọi thứ. Đó là điều làm cho tôi xù lông nhím mỗi khi ai đó tạt ngang qua mặt tôi khi tôi đang lái xe, ai đó không nhận ra tôi tại một buổi tiệc hoặc ra vẻ bề trên đối với tôi theo cách nào đó: "Làm sao họ dám làm thế đối với *tôi* cơ chứ!" Chúng ta ghét những người đối xử với chúng ta như thể chúng ta dưới cơ họ bởi vì chúng ta thích nghĩ mình trên cơ họ. Kiêu ngạo khiến chúng ta muốn nhiều người biết đến

---

1. C. S. Lewis, *Mere Christianity* (London: Fontanna, 1952), Ch.8, tr. 106.

mình, muốn đạt được tất cả những mục tiêu hay nhận được tất cả những lời tán tụng vì thành công trong công việc.

Tính kiêu ngạo là vô cùng nghiêm trọng bởi vì nó không chỉ làm ta bất đồng với người khác, mà còn nghịch lại Đức Chúa Trời. Tính kiêu ngạo nói rằng: "Ta là trung tâm của mọi điều" trong khi, trên thực tế, Đức Chúa Trời mới ở vị trí trung tâm. Trước khi tôi nhận biết Ngài và được Ngài chấp nhận, tôi phải sẵn lòng nhận biết thực tế và chấp nhận rằng Ngài vĩ đại hơn tôi rất nhiều và rằng tôi chẳng là gì so với Ngài. Sự chấp nhận đó không đến với tôi một cách tự nhiên, và vì thế, tính kiêu ngạo làm cho tôi xa cách Chúa. Những con người kiêu ngạo luôn luôn khinh thường kẻ khác và hễ khi nào chúng ta nhìn xuống, thì chúng ta không thể thấy Đức Chúa Trời vĩ đại, Đấng ở trên chúng ta rất nhiều. Vì thế, tính kiêu ngạo chính là bản chất cốt lõi của tội lỗi, là điều dẫn chúng ta đến việc từ chối thuận phục Chúa và đi theo đường lối riêng của mình trước nhất. Sự chối từ thẩm quyền của Chúa sẽ lần lượt dẫn đến tất cả những tội lỗi khác của tôi. C. S. Lewis đã đúng khi gọi tính kiêu ngạo là "tội trọng".

"Tội đầu tiên"

Theo Jonathan Edwards, một người theo Thanh giáo ở New England vào thế kỷ thứ mười tám, tính tự cao không chỉ là tội trọng nhưng cũng là tội đầu tiên. Ông viết: "Tự cao là con rắn lục tệ hại nhất trong lòng người, là kẻ gây rối vĩ đại nhất cho sự bình an của linh hồn và mối giao thông ngọt ngào với Đấng Christ; nó là tội lỗi hàng đầu trong tất cả các tội."[2]

Sa-tan đã mời mọc A-đam và Ê-va ăn trái cấm trong vườn Ê-đen và hứa rằng nếu họ ăn trái cây ấy, họ sẽ "giống Đức Chúa Trời, biết điều thiện và điều ác" (Sáng 3:5). Ý tưởng đó vô cùng hấp dẫn đối với họ. Tại sao họ phải thỏa lòng ở trong tình trạng thấp kém hơn Đức Chúa Trời, phải nhận lệnh từ Ngài? Họ yêu thích ý tưởng có thể vênh váo đi quanh vườn như thể chính họ là các ông chúa bà chúa, thay vì phải thuận phục Đấng Tạo nên họ. Vì thế, trong sự kiêu ngạo của mình, họ lấy trái ấy trong nỗ lực vinh danh chính mình. Dĩ nhiên, trớ trêu thay, họ bị một cú ngã thật đau: từ địa vị của những người thánh, phản ánh một cách hoàn hảo hình ảnh của Đức Chúa Trời, họ rơi xuống tình trạng đồi bại bất nhân của tội lỗi. Chúng ta tất cả đều đi theo dấu chân kiêu ngạo của họ kể từ giây phút đó.

Con đường thập tự

Nhiều năm sau A-đam đầu tiên, một A-đam thứ hai đã đến. Chúa Giê-xu Christ, một con người toàn hảo, đã chỉ cho chúng ta một con đường khác để sống. Ngài phán: "Vì Con Người đã đến không phải để được phục vụ nhưng để phục vụ, và hiến dâng mạng sống mình làm giá chuộc cho nhiều người" (Mác 10:45). Mặc dù là Đức Chúa Trời, cao hơn tất cả mọi người, nhưng Ngài đã tự hạ mình xuống để Ngài có thể

---

2. G. M. Marsden, *Jonnathan Edwards: A Life* (Yale: Yale University Press, 2004), tr. 225.

nâng chúng ta lên và khôi phục chúng ta trở về mối quan hệ đúng đắn với Cha Ngài.

Phải mất rất nhiều thời gian các môn đồ mới nhận ra Chúa Giê-xu là ai. Cuối cùng khi Phi-e-rơ xưng nhận: "Thầy là Đấng Christ" (Mác 8:29), Mác nói với chúng ta: "Bấy giờ, Ngài bắt đầu dạy các môn đồ rằng Con Người phải chịu nhiều đau khổ, phải bị các trưởng lão, các thầy tế lễ cả và các thầy thông giáo chối bỏ, phải bị giết, và sau ba ngày phải sống lại" (Mác 8:31). Đây là bước ngoặt của Phúc âm Mác. Sau đó, Chúa Giê-xu hướng về Giê-ru-sa-lem để hoàn tất sứ mạng của Ngài trong vai trò một đầy tớ chịu khổ, chịu chết thế cho dân Ngài. Trong khi đi đường, Ngài dạy dỗ các môn đồ rằng gương phục vụ hạ mình của Ngài là để làm khuôn mẫu cho chính cuộc đời họ. Họ phải sẵn lòng theo Ngài trên con đường của thập tự giá: "Nếu ai muốn theo Ta, phải từ bỏ chính mình, vác thập tự giá mình mà theo Ta" (Mác 8:34).

Tính tự cao cắm rễ quá sâu trong lòng các môn đồ đến mức họ không hiểu và không chấp nhận nổi sứ điệp của Chúa Giê-xu. Chúa Giê-xu một lần nữa báo trước về sự chết của Ngài: "Con Người sẽ bị nộp vào tay người ta, họ sẽ giết Ngài; và ba ngày sau khi bị giết, Ngài sẽ sống lại" (Mác 9:31). Mác nói với chúng ta: "Nhưng các môn đồ không hiểu lời ấy, lại sợ không dám hỏi Ngài" (Mác 9:32). Phân đoạn theo sau, là phân đoạn mà chúng ta đang suy ngẫm trong chương này, cho thấy rõ rằng họ không hiểu. Chúa Giê-xu đã dạy ba bài học, và chúng thách thức tính tự cao của các môn đồ và tiếp tục thách thức chúng ta ngày hôm nay.

1. Đừng để tính tự cao làm méo mó cách bạn nhìn chính mình (câu 33–35)

2. Đừng để tính tự cao khiến bạn đối xử sai trật với người khác (câu 36–37)

3. Đừng để tính tự cao làm méo mó cách bạn nghĩ về người khác (câu 38–41).

1. Đừng để tính tự cao làm méo mó cách bạn nhìn chính mình (câu 33–35)

Ai là người cao trọng nhất?

Các môn đồ đang nghỉ ngơi sau một ngày đi đường mệt nhọc thì Chúa Giê-xu hỏi họ: "Lúc đi đường, các con bàn cãi với nhau việc gì vậy?" Một sự im lặng gượng gạo. Không ai muốn công nhận rằng họ đã bàn cãi một cách rất trẻ con về việc ai trong vòng họ sẽ là người cao trọng nhất. Không ngạc nhiên khi giờ đây họ thấy bối rối. Chúa Giê-xu đã nói với họ rằng Ngài sẽ phó mạng sống mình vì họ nhưng tấm gương khiêm nhường của Ngài không làm cho sự kiêu ngạo của họ giảm đi, họ vẫn chỉ quan tâm đến chuyện đề cao chính mình. Có thể nhiều người trong chúng ta cũng có cùng tham vọng đó. Chúng ta muốn được trổi hơn người khác trong kết quả học tập, trong công việc, hoặc trong một câu lạc bộ hoặc một hội đoàn. Chúng ta cũng tìm cách tạo uy tín thông qua những thành công của con cháu.

Một vương quốc đảo lộn

Thật ấn tượng khi Chúa Giê-xu không hề khiển trách các môn đồ về những gì họ bàn luận với nhau. Trái lại, Ngài nói: "Được thôi, nếu các anh muốn được làm lớn, hãy để thầy nói cho các anh cách để đạt được điều đó." Lời khuyên của Ngài không theo những gì họ mong đợi: "Nếu ai muốn làm đầu, thì phải làm cuối và làm đầy tớ cho mọi người" (câu 35). Trong vương quốc Đức Chúa Trời, mọi thứ đều đảo lộn. Nếu chúng ta muốn được làm lớn, chúng ta phải sẵn lòng làm người hèn mọn; nếu chúng ta muốn là người đứng đầu, thì chúng ta phải là người đứng chót. Người cao trọng không phải là vua, hoàng đế hay giám mục. Người cao trọng là người đầy tớ. Con đường đi đến sự cao trọng trong con mắt Đức Chúa Trời là con đường của sự phục vụ khiêm nhường, hy sinh. Chúa Giê-xu là gương mẫu tối thượng cho chân lý đó. Giờ đây, Ngài đang ngồi trên ngôi tại bên hữu Cha Ngài ở trên trời trong vị trí của người có thẩm quyết tối thượng trong vũ trụ, nhưng Ngài đã phải hạ xuống rất thấp trước khi Ngài được đặt lên ngai cao trọng.

[8]Ngài đã hiện ra như một người,

Tự hạ mình xuống, vâng phục cho đến chết,

Thậm chí chết trên cây thập tự.

[9]Chính vì thế mà Đức Chúa Trời đã tôn Ngài lên rất cao,

Và ban cho Ngài danh trên hết mọi danh,

[10]Để khi nghe đến danh Đức Chúa Jêsus,

Mọi đầu gối trên trời, dưới đất, bên dưới đất(f)

Đều phải quỳ xuống,

[11]Và mọi lưỡi đều phải xưng nhận

Đức Chúa Jêsus Christ là Chúa,

Mà tôn vinh Đức Chúa Trời là Đức Chúa Cha.

Phi-líp 2:8–11

"Người ưu việt nhất"

Một số người trong chúng ta nghĩ rằng mình khá đặc biệt. Có thể chúng ta không khoe khoang với người khác, nhưng sâu thẳm bên trong chúng ta đầy sự tự mãn. Chúng ta không tự nói mình "vĩ đại", làm thế là đi quá xa rồi, nhưng chúng ta thỏa mãn về chính mình. Chúng ta đã nỗ lực để trổi hơn hầu như tất cả những người khác xung quanh mình. Chừng nào tôi còn nghĩ đến những người thấp kém hơn tôi, tôi còn cảm thấy mình tốt, mình giỏi. "Tôi học trường đại học hàng đầu hoặc có một công việc ấn tượng. Tôi có nhân viên dưới quyền. Tôi có ngôi nhà và chiếc xe mà nhiều người thèm muốn. Tôi là một người lãnh đạo được nhiều người trong hội thánh và hội đoàn tôn trọng. Tôi là người quan trọng."

George Curzon là một trong những người sáng giá nhất trong thế hệ của ông tại Đại học Oxford, nơi ông là Chủ tịch của Liên hiệp trường. Ông trở thành phó vương của Ấn Độ khi mới 39 tuổi, lãnh đạo cả một dân tộc hàng triệu người, trước khi kết thúc sự nghiệp chính trị của mình trong vai trò ngoại trưởng. Ông là một người xuất chúng và ông biết thế. Một người cùng thời với ông đã nhận xét rằng phong thái của ông tại quốc hội là phong thái của "một thần uy nói chuyện với những con gián." Lời của một bài hát ngắn chế giễu ông như sau: "Ta là George Nathaniel Curzon, là kẻ ưu việt nhất." Có một số người giống như vậy, họ sống trong cảm giác mình ở trên mọi người. Ai cũng thấy sự tự cao của họ.

Có lẽ chúng ta không thấy mình trong một người như Curzon. Bạn là người kiệm lời, hay nói giảm về mình, là người thích đứng ở hậu trường. Bạn ít khi chơi với những người tự khẳng định bản thân, luôn luôn cố gắng nỗ lực để đạt được điều này điều kia. Bạn thậm chí còn khinh thường những người lúc nào cũng vênh vênh cái mặt và hành xử như thể họ là người quan trọng lắm. Nhưng, khi khinh thường họ, chúng ta chẳng phải đang mắc phải chính cái tính tự cao mà chúng ta đang buộc tội họ sao? Thậm chi chúng ta có thể lên mình kiêu ngạo về chính sự khiêm nhường của mình, giống như tác giả tưởng tượng của một tác phẩm tự truyện có tựa đề *Humility and How I Achieved It* (Tạm dịch: *Sự khiêm nhường và cách tôi có được sự khiêm nhường ấy*).

Cho dù sự kiêu ngạo của chúng ta thể hiện bằng cách nào, Chúa Giê-xu cũng thách thức chúng ta đừng để nó bóp méo cách chúng ta nhìn nhận chính bản thân mình. Sự cao trọng thật chính là đi theo dấu chân Chúa Giê-xu: "Nếu ai muốn làm đầu, thì phải làm cuối và làm đầy tớ cho mọi người" (câu 35).

2. Đừng để tính tự cao khiến bạn đối xử sai trật với người khác (câu 36–37)

Minh họa

Sau khi dạy rằng cao trọng trong vương quốc Đức Chúa Trời đòi hỏi sự phục vụ hạ mình, giờ đây, qua câu 36 và 37, Chúa Giê-xu nói với chúng ta trên thực tế điều đó có nghĩa gì. Ngài sử dụng một thị cụ để minh họa cho ý này. Ngài ôm một đứa bé vào lòng và nói: "Người nào vì danh Ta tiếp một đứa trẻ như thế nầy tức là tiếp Ta; còn ai tiếp Ta, thì không phải tiếp Ta, nhưng tiếp Đấng đã sai Ta" (câu 37).

Trong khi gần đây một cậu bé con đã đưa cha mình ra Tòa án Âu châu vì tội đánh con, thì trong xã hội Pa-lét-tin thế kỷ thứ nhất, không hề có chuyện như thế xảy ra. Con trẻ không có bất cứ quyền và vị trí nào trong xã hội cả. Vì thế Chúa Giê-xu nói: "Nếu các con là đầy tớ, thì các con phải sẵn lòng đón nhận những người nhỏ bé như vậy – những người không tạo nên ấn tượng nào cho chúng ta cả, và ai cũng làm ngơ, những người thấp kém nhất trong những người thấp kém."

Với tính tự cao, chúng ta thường không màng đến những người mà chúng ta coi là thấp kém hơn mình, đôi khi chúng ta quyết định một cách vô thức rằng họ không xứng đáng để chúng ta dành thời gian và quan tâm đến. Nếu chúng ta cười hoặc chào hỏi họ, chúng ta cảm thấy mình thật tử tế và chúng ta nghĩ mình đã làm xong phần của mình rồi, chúng ta không muốn mất thời gian thêm nữa. Chúng ta cần nói chuyện với nhiều người quan trọng hơn. Bên cạnh đó, chúng ta không muốn quá thân thiết với những ai không thuộc về đám đông của chúng ta. Rốt cục, nếu người ta nhìn thấy chúng ta nói chuyện quá lâu với người không được mọi người thích lắm đang làm việc trong văn phòng kế bên, hay với cô gái nhà ở cùng xóm với chúng ta, thì người khác sẽ nghĩ rằng chúng ta là bạn của họ và điều đó không tốt cho hình ảnh của chúng ta. Vì thế, tốt nhất là chúng ta sẽ là người thân thiện, dễ gần khi không có ai nhìn thấy, còn những lúc khác thì chúng ta sẽ giữ khoảng cách với họ. Nhưng thái độ của chúng ta đối với những ai có địa vị cao trọng, những người có quyền lực và nổi tiếng, lại rất khác. Chúng ta cố gắng tỏ ra thân thiện đối với họ và mong người khác thấy được hình ảnh ấy; chúng ta có thể được ích lợi khi kết giao với họ.

Tính tự cao làm méo mó cách chúng ta nhìn người khác và cách chúng ta đối xử với họ. Tự cao khiến chúng ta chỉ quan tâm đến những người cao trọng và người tốt. Nhưng Chúa Giê-xu đảo ngược tiêu chuẩn của đời này. Là những người theo Ngài, tức công dân nước Trời, chúng ta được kêu gọi sống theo cách rất khác biệt. Chúng ta phải ngăn chặn tính kiêu ngạo của bản thân và hạ mình phục vụ những người mà người khác coi là thấp kém hơn chúng ta.

Một gương mẫu toàn hảo

Chúa Giê-xu cho chúng ta một khuôn mẫu toàn hảo để noi theo. Những người đáng kính trong Y-sơ-ra-ên cảm thấy hoảng hồn vì Ngài lại dành quá nhiều thời gian với "những người thu thuế và 'kẻ có tội'", những cặn bã của xã hội mà họ có chết cũng phải tránh xa (Mác 2:15–17). Ngài bày tỏ tình yêu và lòng thương xót đối với những ai bị mọi người xa lánh và khinh miệt: những người Sa-ma-ri bị ghét bỏ (Lu-ca 17:16; Giăng 4:9), những người phung ô uế (Mác 1:40–41), một người đàn bà phạm tội ngoại tình (Giăng 8:11), và một người lính của La Mã (Lu-ca 7:1–10). Đỉnh cao trong cuộc đời phục vụ khiêm nhường của Ngài là tại thập tự giá, nơi Ngài phó mạng sống mình vì những người tội lỗi như chúng ta. Ngài sẵn lòng chết để rồi Ngài có thể nghênh đón chúng ta như những bạn hữu. Mối liên hệ của Ngài với chúng ta chắc chắn không nâng cao địa vị của Ngài. Chúng ta chắc chắn thấp kém hơn Ngài, thế mà Ngài lại cúi xuống để nâng chúng ta lên. Trong con mắt của thế gian, đây là điều cực kỳ ngu xuẩn. Thế gian không thể hiểu vì sao Chúa Giê-xu lại chọn giao du với "những gì thấp kém, bị khinh chê ở thế gian, ngay cả những gì không có" (1 Cô 1:28). Nhưng Đức Chúa Trời kêu gọi chúng ta sống như vậy: không màng đến những thứ bậc và hệ thống tầng lớp xã hội của thế gian mà bày tỏ tình thương với tất cả mọi người, bất kể địa vị xã hội.

Tôi vô cùng ấn tượng với nhóm học sinh-sinh viên Tin Lành trong trường khi tôi mới tin Chúa. Cả trường luôn có một cấu trúc xã hội được xác định cách rõ ràng. Mọi người đều biết vị trí của mình. Những nam sinh khóa trên toàn rầy la những đứa khóa dưới. Nhưng trong buổi nhóm, tôi nhận thấy một số các anh chị khóa trên lại vui vẻ chào đón những nam sinh năm nhất. Họ nhớ tên từng em, lấy cà phê cho chúng uống và còn hỏi thăm chúng. Những "Chúa Giê-xu" của trường học, những lớp trưởng và đội trưởng của các đội bóng, liên hệ một cách hết sức tự nhiên với những nam sinh mới mà những đứa bạn khác trong lớp khinh thường. Họ đang noi gương Đấng Christ.

Yêu những người không được yêu

Nếu tôi vâng theo lời dạy của Đấng Christ trong Mác 9:37, tôi sẽ phải tự hỏi: "Ai là người ở địa vị thấp kém trong thế giới cụ thể mà tôi đang sống?" Họ là những người mà tôi phải nghênh tiếp và mở lòng. Tôi cần phải sẵn lòng phục vụ họ.

Bất cứ cộng đồng nào cũng đều có những cá nhân bị số đông loại ra. Ở trường, họ là những nạn nhân của bạo hành thể chất và tinh thần. Người lớn thường có những phương cách bắt nạt tinh tế hơn, nhưng chúng cũng không kém phần hiệu quả trong việc phá hủy cuộc đời của những ai không hợp với họ. Một số người khổ sở không phải vì bị bắt nạt, nhưng chỉ bởi vì họ bị làm ngơ. Đa số những công nhân viên chức có rất ít hoặc chẳng có thời gian cho những người ở địa vị thấp hơn mình: nhân viên giữ xe, người lao công hay sinh viên thực tập. Nhưng Cơ Đốc nhân được kêu gọi sống khác biệt.

Một người bạn của tôi từng dọn phòng cho một khách sạn. Cô vẫn như người vô hình đối với hầu hết các khách đến ở, như thể cô không tồn tại trước mắt họ. Những người khác lại đối xử với cô như rơm rác, ra lệnh cho cô và phàn nàn mà chẳng bao giờ có một lời cảm ơn nào cả. Đáng buồn là cô không nhận thấy có sự khác biệt lớn nào khi một nhóm Cơ Đốc nhân đến ở trong khách sạn, mặc dù tất cả các đồng nghiệp của cô đều để ý cách cư xử của một người, một diễn giả Cơ Đốc nổi tiếng. Ông thể hiện sự quan tâm đối với mọi người và lịch sự với mọi người không phân biệt ai, rất tử tế và nhã nhặn. Trong kinh nghiệm của bạn tôi, tư chất ấy quả là rất hiếm.

Trong nhiều nền văn hóa, người già thường được đặc biệt tôn trọng, nhưng khuynh hướng ngược lại đang ngày càng phổ biến trong thế giới Tây phương. Xã hội trẻ, điên cuồng của chúng ta có rất ít thời gian cho những người không bắt kịp nhịp độ sống. Họ thường bị bó lại một mình trong một viện dưỡng lão cô đơn: xa mặt và xa lòng. Ngày càng có nhiều người đòi hỏi luật phải cho phép tự nguyện an tử (tức là muốn được tiêm thuốc để chết một cách nhẹ nhàng – ND). Nếu tội ác ấy được phê chuẩn, thì chắc chắn sẽ có những người cảm thấy rằng họ phải có trách nhiệm chết đi để không còn làm gánh nặng cho người khác nữa. Có lẽ dường như chúng ta sẽ không được lợi gì mấy từ chuyện chăm sóc cho người già. Liên hệ với họ cũng không làm cho địa vị của chúng ta trong mắt người khác tăng lên, ngay cả khi có những phần thưởng khác, nhưng chính những người như họ mà Chúa Giê-xu kêu gọi những người theo Ngài phải phục vụ.

Có thể chúng ta mạnh mẽ lên tiếng chống lại nạn phân biệt chủng tộc, nhưng nó vẫn còn là một bản năng tội lỗi trong lòng chúng ta. Nói trong tư cách một người Anh, tôi có thể nói rằng chúng ta có khuynh hướng đối xử với những người từ những nền văn hóa khác một cách kinh khủng. Có thể chúng ta không cố ý xa lánh hoặc thô lỗ. Một sự dè dặt rất tự nhiên đã giữ chúng ta lại, nhưng chúng ta vẫn tạo cho người khác ấn tượng rằng mình rất xa cách và thiếu nhiệt tình. Nhiều nước đón tiếp những người tìm cơ hội tị nạn với sự thù địch ngầm và sự hoài nghi. Những Cơ Đốc nhân kết bạn với họ, dạy họ tiếng Anh và thể hiện sự hiếu khách với họ đâu cả rồi? Có những sinh viên du học nhiều năm ở các trường đại học mà vẫn chưa bao giờ được nhìn thấy bên trong căn nhà của một người địa phương. Ngay cả khi họ nỗ lực đến với hội thánh chúng ta, chúng ta cũng thường làm ngơ. Chúng ta cố tình không giao du với họ, vì lo ngại rằng chúng ta có thể không hiểu những gì họ nói hoặc sẽ chẳng có mấy điểm chung so với họ, mà không nghĩ đến cảm giác lúng túng của họ vì là những người ngoài trong nền văn hóa của chúng ta.

Ở Anh Quốc, số lượng người đi nhóm đã nhanh chóng giảm xuống ở tất cả các nhóm xã hội trong suốt vài thập niên qua, nhưng tốc độ giảm sút khủng khiếp nhất là giữa vòng những cộng đồng nghèo khó hơn. Hầu hết những hội thánh Tin Lành khỏe mạnh đều thuộc khu vực trung lưu.

Trong những năm gần đây, nhiều nỗ lực đã được thực hiện nhằm lên một chiến lược đem tin mừng của Đấng Christ đến cho người nghèo. Đó là một nhiệm vụ quan trọng, nhưng bất cứ chương trình truyền giảng mới mẻ nào trước hết cũng không nên tập trung vào chiến lược, mà vào thái độ. Phải chăng chúng ta chỉ quan tâm đến những người chúng ta nghĩ rằng có thể giúp đỡ mình theo cách nào đó, có thể là về vật chật hoặc về mặt xã hội? Hay chúng ta sẵn lòng, giống như Đấng Christ, phục vụ những người, theo con mắt của thế gian, sẽ chẳng đem lại lợi lộc gì cho cá nhân chúng ta?

"Nhân danh Đấng Christ"

Hội thánh cần phải đối lập với văn hóa, tức là phải từ chối vận hành theo sự phân chia giai cấp của xã hội. Chúng ta cần nghênh đón mọi người từ tất cả các chủng tộc, các cá tính, các nền văn hóa và nền tảng xuất thân. Trên hết, chúng ta không được phép coi họ như người da đen hay da trắng, giàu hay nghèo, người địa phương hay người nước ngoài, nhưng như những người được Chúa Giê-xu chịu chết cho – và chúng ta cần phải đối xử với họ dựa trên điều đó. Nếu làm vậy, hành động khiêm nhường phục vụ của chúng ta sẽ có giá trị. Chúa Giê-xu phán: "Người nào vì danh Ta tiếp một đứa trẻ như thế nầy tức là tiếp Ta; còn ai tiếp Ta, thì không phải tiếp Ta, nhưng tiếp Đấng đã sai Ta" (Mác 9:37).

Chúa Giê-xu không có ý dạy rằng bất cứ ai đối xử tử tế với con trẻ, hoặc với những người ở địa vị xã hội thấp kém hơn, sẽ tự động được cứu. Ngài cũng không đưa ra nhận định về tình trạng thuộc linh của con trẻ. Chúng ta cần lưu ý rằng Ngài đang nói về việc tiếp đón được thực hiện "trong danh Ta." Ngài nói về việc truyền giảng được thực hiện vì danh Ngài bởi những người tin nơi Ngài và tìm cách phục vụ Ngài. Tính cao ngạo của chúng ta nói với chúng ta rằng chúng ta đừng bận tâm đến những người thấp kém hơn chúng ta; nhưng Chúa Giê-xu nói với chúng ta rằng việc quan tâm đến những người thấp kém hơn là điều quan trọng. Khi chúng ta làm điều gì đó vì Chúa Giê-xu, chúng ta đang làm điều đó cho Ngài. Chuyến viếng thăm ngắn ngủi một người cô đơn vào cuối ngày làm việc bận rộn có vẻ như không mấy ý nghĩa, nhưng thật ra chúng ta cần xem đó như là chuyến viếng thăm Chúa Giê-xu. Hơn thế nữa, đó là chuyến viếng thăm Cha trên trời của chúng ta. Và khi đó, trong sự thuận phục Đấng Christ, chúng ta đang nỗ lực để làm bạn với người ngoài cộng đồng của chúng ta, chúng ta đang nghênh đón không chỉ một con người, nhưng nghênh đón Chúa của chúng ta và Cha Ngài nữa. Chúa Giê-xu thách thức chúng ta đừng để sự tự cao khiến chúng ta đối xử với người khác cách sai trật, nhưng thay vào đó, chúng ta cần noi gương Ngài mà khiêm nhường phục vụ tất cả mọi người.

3. Đừng để tính tự cao làm méo mó cách bạn nghĩ về người khác (câu 38–41)

"Không theo chúng ta"

Giăng đến gần Chúa Giê-xu và nói: "Thưa Thầy, chúng con đã thấy có người nhân danh Thầy mà đuổi quỷ, và chúng con đã cấm vì người ấy không theo chúng ta" (câu 38). Bảy từ cuối cùng là những lời quan trọng. Điều làm Giăng buồn là người này không thuộc về nhóm môn đồ nhỏ bé của Chúa Giê-xu.

Đến thời điểm này trong các sách Phúc âm, mười hai môn đồ đã bắt đầu hiểu rằng họ là những người đặc biệt. Họ đã được Chúa Giê-xu biệt riêng để sống gần gũi với Ngài và tiếp nhận thêm nhiều lời dạy dỗ cùng sự đào tạo của Chúa. Chắc hẳn họ đã cảm thấy hãnh diện về điều đó: Họ ở ngay trọng tâm sứ mạng của Chúa Giê-xu. Nhưng sau đó họ nghe về một người khác cũng đang đuổi quỷ nhân danh Chúa Giê-xu và họ cảm thấy bị đe dọa bởi vì anh ta không là một người trong số họ. Nếu bất cứ người nào khác ngoài Chúa Giê-xu đang thi hành những phép lạ, chắc chắn người đó phải thuộc về bọn họ. Thật là không đúng nguyên tắc tí nào cả, cho nên người đó phải dừng lại!

Không nghi ngờ gì nữa, lòng kiêu ngạo của họ gia tăng qua sự kiện chỉ vài ngày trước họ không thể tự mình đuổi quỷ được. Trong khi Chúa Giê-xu lên trên núi với Phi-e-rơ, Gia-cơ và Giăng, một người đàn ông đã đem con trai bị quỷ ám của mình đến cho các môn đồ, nhưng họ không thể giúp ông. Sau đó khi Chúa Giê-xu đến, người cha đã nói: "Tôi đã nhờ các môn đồ Thầy đuổi quỷ ấy, nhưng họ không đuổi được" (Mác 9:18). Hẳn họ đã rất đau đớn khi nghe Chúa Giê-xu quở trách: "Hỡi thế hệ vô tín kia, Ta sẽ phải ở với các ngươi cho đến chừng nào? Ta sẽ còn chịu đựng các ngươi cho đến bao giờ? Hãy đem đứa trẻ đến cho Ta" (Mác 9:19). Sau đó Chúa Giê-xu đã đuổi quỷ ra khỏi cậu bé.

"Ai không chống chúng ta là ủng hộ chúng ta"

Tính tự cao chắc chắn hiện diện phía sau phản ứng tiêu cực của các môn đồ đối với người đàn ông đang làm công tác đuổi quỷ và Chúa Giê-xu khiển trách các môn đồ: "Đừng cấm họ, vì không ai có thể vừa nhân danh Ta làm phép lạ lại vừa nói xấu Ta được. Ai không chống chúng ta là ủng hộ chúng ta" (câu 39–40).

Nếu lấy ra khỏi văn cảnh, câu "Ai không chống chúng ta là ủng hộ chúng ta" của Chúa Giê-xu có thể được hiểu theo nghĩa chúng ta nên chấp nhận mọi người là Cơ Đốc nhân nếu họ không tích cực chống đối Chúa. Nhưng rõ ràng từ văn cảnh này cho thấy Ngài không có ý dạy như vậy. Trong câu 39, Ngài chỉ ra sự ngu dại trong phản ứng tiêu cực của Giăng đối với người đàn ông nọ. Sao ông ta lại bị coi là kẻ thù của Đấng Christ, là người đáng bị phản đối, nếu ông ta chỉ đơn thuần thi thố một phép lạ trong danh Ngài?

Làm một điều gì đó "nhân danh Đấng Christ" không chỉ có nghĩa là sử dụng danh Ngài như một câu thần chú. Làm như vậy sẽ không bao giờ hiệu quả cả, như các con trai Sê-va trong Ê-phê-sô đã nghiệm ra. Họ không biết Đấng Christ nhưng họ vẫn cố để đuổi quỷ bằng cách kêu cầu danh Ngài. Tà linh ấy trả lời họ: "Ta biết Đức Chúa Jêsus và cũng biết rõ Phao-lô nữa, nhưng các ngươi là ai?" Lu-ca nói với chúng ta: "Người bị quỷ ám xông vào họ, áp đảo và đánh bại cả bọn đến nỗi họ phải bỏ nhà chạy trốn, mình trần truồng và đầy thương tích" (Công vụ 19:15–16). Người đàn ông trong Mác 9 có lẽ cũng sẽ không thể đuổi quỷ khi ông ta kêu cầu danh Đấng Christ theo cách tương tự mà không có đức tin nơi Ngài. Nhưng việc ông ta có khả năng đuổi quỷ minh chứng rằng ông ta là người tin theo Đấng Christ bằng một đức tin thật. Đấng Christ đã hành động thông qua ông ta. Khi đã minh chứng rằng ông ta "ủng hộ" Đấng Christ, ông ta chắc hẳn sẽ không nói gì "chống lại" Ngài. Vì thế lẽ ra ông ta phải được xem như một người bạn, chứ không phải như kẻ thù.

Chúa Giê-xu nói thêm cho chúng ta hiểu về người mà Ngài nói "Ai không chống chúng ta" là những ai trong câu 41. "Còn ai nhân danh Ta mà cho các con một chén nước, vì các con thuộc về Đấng Christ. Thật, Ta bảo các con, người ấy sẽ không mất phần thưởng mình đâu."

Chúa Giê-xu đang dạy các môn đồ Ngài rằng những người như thế cần phải được xem như những môn đệ thật của Ngài. Những môn đồ như vậy không cần phải đuổi quỷ hay thi thố những phép lạ khác nữa để chứng tỏ họ là môn đồ thật. Cách cư xử của họ đối với Cơ Đốc nhân cũng cho thấy họ là môn đồ thật.. Chẳng hạn nếu một ai đó thương xót những môn đồ khi họ đi đây đi đó phục vụ Chúa rồi cho họ nước uống, người đó chắc chắn sẽ được ban thưởng. Người đó không đơn thuần thực hiện một hành động tử tế một cách ngẫu nhiên. Chúng ta được dạy rằng hành động đó được thực hiện "trong danh Ngài", nghĩa là nó được thúc đẩy bởi đức tin nơi Đấng Christ. Người thể hiện mình là một môn đồ thật thông qua tình thương dành cho các anh em cùng niềm tin sẽ nhận được phần thưởng của người môn đệ, người ấy là bạn hữu của Đức Chúa Trời. Ý của Chúa Giê-xu ở đây rất rõ ràng: Nếu Đức Chúa Trời chấp nhận một người nào, thì các sứ đồ cũng nên chấp nhận người đó.

Hãy tỉnh táo phân biệt, nhưng cũng hãy suy nghĩ tích cực

Chúng ta không nên lạm dụng lời dạy này. Những lời của Chúa Giê-xu không hề mâu thuẫn với những gì Ngài đã nói ở những chỗ khác về việc chúng ta cần tỉnh táo phân biệt. Ngài kêu gọi chúng ta: "Hãy đề phòng bọn tiên tri giả, là những kẻ đội lốt chiên đến với các con, nhưng bên trong là muông sói hay cắn xé" (Mat 7:15). Không phải tất cả những người tự nhận rằng mình nói, hoặc thậm chí thi thố phép lạ nhân danh Chúa Giê-xu đều thực sự thuộc về Ngài. Không thể có mối thông công bừa bãi. Đôi khi cắt đứt mối liên hệ với những người tự xưng là Cơ Đốc nhân vì những sự dạy dỗ sai lạc của họ hoặc vì những hành động tội lỗi không chịu ăn năn của họ là điều đúng đắn và cần thiết (1 Cô 5:1–5; Tít 1:10–11; Khải 2:20).

Trong khi chúng ta không nên lạm dụng phần áp dụng lời dạy của Chúa Giê-xu trong Mác 9:38–41, thì điều quan trọng không kém là không nên lơ là thách thức của lời dạy đó. Giống như các môn đồ, chúng ta hay vội vàng để cho sự tự cao làm méo mó cách chúng ta nghĩ về người khác. Chúng ta thấy thật khó để chấp nhận rằng những người "không thuộc về chúng ta" nhưng thuộc về một nhóm Cơ Đốc nhân khác, cũng thật sự chịu trách nhiệm về những ích lợi thuộc linh.

Cách đây vài năm khi tôi đang làm việc tại Johannesburg, tôi cảm thấy nặng lòng khi một sinh viên mà tôi đã môn đệ hóa nói với tôi về một hội thánh khác trong khu vực. Tôi có một số bất đồng về thần học với những người lãnh đạo của hội thánh đó, nhưng chắc chắn họ là những tín hữu thật. Điều làm tôi buồn nhất không phải là việc một thanh niên lại nói quá tùy tiện về hội thánh đó, nhưng mà vì cậu ấy rõ ràng nghĩ rằng tôi sẽ vui khi cậu ấy nói như vậy về hội thánh ấy. Cậu ấy đã bắt chước chính tấm gương mà tôi đã vô thức thể hiện cho cậu ấy. Tôi có cảm giác giống như những gì tiến sĩ Frankenstein ắt hẳn đã cảm nhận sau khi tạo ra cho mình một phiên bản xấu xí và tôi tự nghĩ: "Tôi đã làm gì thế này? Việc cậu ấy quá khắt khe với người khác là do lỗi của tôi." Nhìn thấy chính thái độ gay gắt của tôi được phản chiếu trong một người khác làm cho tôi nhận ra nó xấu xí làm sao và tôi cần phải ăn năn.

Dĩ nhiên chúng ta cần phải có khả năng phân biệt đúng sai. Đôi khi nhận ra lỗi lầm của người khác là điều đúng đắn. Nhưng chúng ta không bao giờ được quên rằng, nếu họ thuộc về Đấng Christ, thì họ là anh chị em của chúng ta và chúng ta cần đối xử với họ trong tư cách anh chị em của chúng ta. Nếu có lúc chúng ta phải bất đồng với họ, chúng ta cũng phải nhẹ nhàng và tôn trọng, và đừng bao giờ thêm mắm thêm muối hay xuất phát từ tinh thần bè phái. Khi chúng ta nhận ra sai sót của họ, chúng ta cần cố gắng hết sức để có thể trân trọng những đức tính của họ.

Với lòng kiêu ngạo, chúng ta thường không nhận ra bất cứ điểm tốt nào nơi những người không thuộc về một nhóm cụ thể của chúng ta. Khi nghe những báo cáo về số người tin nhận Chúa ở một hội thánh khác, chúng ta nghĩ: "Chẳng biết có tin Chúa thật không – tôi nghĩ chắc họ cũng chẳng trụ được bao lâu." Khi chúng ta nghe một diễn giả đến từ một hệ phái khác giảng, thì ăng-ten thuộc linh của chúng ta sẽ căng ra để tìm những sai sót của họ. Mà khi chúng ta cố gắng tìm, chắc chắn chúng ta sẽ tìm thấy nhiều điểm để chê bai, và đó sẽ là những gì ở lại trong lòng chúng ta và trong tâm trí chúng ta. Vì thế, chúng ta quay sang bạn mình bình phẩm: "Tôi không được thuyết phục tí nào với cách ông ấy hiểu câu 29", nhưng chúng ta quên tất cả những sự dạy dỗ đúng đắn mà ông ấy đã rút ra được từ câu 1 đến câu 28.

"Ông ấy ở quá gần ngôi đời đời"

John Wesley và George Whitefield là hai lãnh đạo Tin lành lớn của Anh vào thế kỷ thứ 18. Cả hai đều được Chúa sử dụng một cách đắc lực trong vai trò những người giảng Tin lành và những sứ giả chính cho cuộc phục hưng càn quét khắp nước Anh. Mặc dù họ cộng tác với nhau mật thiết trong những ngày đầu, nhưng sau đó họ phân rẽ vì những khác biệt về thần học. Đôi khi sự phân rẽ này rất gay gắt, đặc biệt là giữa vòng những người theo họ. Ngày nọ, một trong những người theo Whitefield đã hỏi ông liệu họ có thấy Wesley trên thiên đàng không. Whitefield bắt đầu câu trả lời của mình theo cách rõ ràng là khẳng định cho những ngờ vực của những người ủng hộ mình: "Tôi e là không." Nhưng sau đó ông tiếp tục: "Ông ấy sẽ gần ngôi đời đời đến mức mà chúng ta khó mà thấy được ông ấy bởi vì chúng ta ở quá xa ông ấy."[3] Chúng ta nên làm tất cả những gì chúng ta có thể để thể hiện một thái độ khiêm nhường tương tự với những tín hữu chân thật khác, ngay cả khi chúng ta khác với họ về những vấn đề thứ yếu. Chúng ta cần phải cẩn trọng tra xét chính mình và tự hỏi trong mọi tình huống: "Phản ứng tiêu cực của tôi đối với các Cơ Đốc nhân hoặc các nhóm Cơ Đốc khác có bao nhiêu phần là kết quả của mối quan tâm thật sự của tôi dành cho chân lý và bao nhiêu phần trăm là kết quả của sự kiêu ngạo?" Chúng ta không được phép để cho tính tự cao bóp méo cách chúng ta nghĩ về người khác.

"Anh ấy đã chết cho tôi"

Có một câu chuyện kể rằng, sau cuộc Nội chiến Mỹ, người ta nhìn thấy một người đàn ông quỳ trước mộ phần của

---

3. A. Dallimore, *George Whitefield II* (Edingburgh: Banner of Truth, 1990), tr. 353.

một người lính gần Nashville. Một người đi đường hỏi ông có phải con ông chôn ở đó không. Ông trả lời: "Không phải. Khi tôi được gọi nhập ngũ là lúc gia đình tôi đều đang đau bệnh và họ sống lệ thuộc vào tôi. Một người bạn chưa lập gia đình đã tình nguyện thế chỗ tôi. Anh ấy đã bị thương tại Chickamauga và được đưa đến bệnh viện ở đây, rồi anh ấy qua đời. Tôi đã đi hàng trăm cây số để tôi có thể viết lên trên mộ của anh ấy dòng chữ 'Anh ấy đã chết cho tôi được sống'."

Tất cả các Cơ Đốc nhân đều có thể nói câu ấy về Chúa Giê-xu Christ. Mặc dù Ngài là Vua muôn vua và Chúa muôn chúa, thế mà Ngài lại vui lòng lìa bỏ vinh quang thiên đàng để từ bỏ mạng sống mình vì chúng ta. Tấm gương khiêm nhường của Ngài cáo trách chúng ta vì những sự kiêu ngạo của chúng ta và thách thức chúng ta ăn năn.

C. S. Lewis đã đúng khi gọi tính tự cao là "tội trọng." Nó làm hỏng mối liên hệ của chúng ta với Đức Chúa Trời và với người khác. Khi chúng ta nhận ra nọc độc này trong lòng mình chúng ta cần dùng thuốc giải độc duy nhất: thập tự giá của Đấng Christ. Thập tự giá không chỉ cũng cấp phương tiện cứu chuộc mọi tội lỗi, ngay cả tính tự cao của chúng ta, mà còn nêu tấm gương về một cách sống khác biệt: con đường phục vụ khiêm nhường.

> Giờ được chiêm ngưỡng thập giá quí hóa
>
> Nơi Giê-xu Chúa ta chịu hình đây
>
> Lòng thật coi phú quí thảy lỗ cả

Quyết bỏ hết kiêu ngạo tâm tính này.[4]

---

4. Isaac Watts, "When I Survey the Wondrous Cross."

Chương 7

ĐỒNG TÍNH LUYẾN ÁI

³Những người Pha-ri-si đến để thử Ngài và hỏi rằng: "Một người có được phép ly dị vợ vì bất cứ lý do nào không?" ⁴Ngài đáp: "Các ngươi chưa đọc sao? Từ ban đầu Đấng Tạo Hóa đã tạo nên người nam và người nữ, ⁵và phán: 'Vì lý do đó, người nam sẽ lìa cha mẹ mà kết hợp với vợ mình; và hai người sẽ trở nên một thịt. ⁶Như thế vợ chồng không còn là hai nữa, mà chỉ là một thịt.Vậy, loài người không được phân rẽ những người mà Đức Chúa Trời đã phối hợp!"

⁷Họ lại hỏi Ngài: "Nếu vậy, tại sao Môi-se lại truyền cấp giấy ly hôn, rồi bỏ vợ?" ⁸Ngài đáp: "Vì lòng các ngươi cứng cỏi, nên Môi-se cho phép ly dị vợ; nhưng, từ lúc ban đầu không có như vậy. ⁹Còn Ta nói với các ngươi: Hễ người nào không vì lý do gian dâm mà ly dị vợ và đi cưới người khác thì phạm tội ngoại tình." ¹⁰Các môn đồ thưa rằng: "Nếu chỉ có thể ly dị vợ vì lý do đó thôi thì thà không cưới vợ còn hơn." ¹¹Nhưng Ngài đáp: "Không phải ai cũng có thể nhận được lời nầy đâu, song chỉ có những người được ban cho mà thôi. ¹²Vì có những người bị hoạn từ lúc mới sinh; có người hoạn bởi tay người ta, và có người tự hoạn vì cớ vương quốc thiên đàng. Người nào có thể nhận được lời nầy, hãy nhận đi."

Ma-thi-ơ 19:3–12

⁹Anh em không biết rằng những kẻ không công chính sẽ chẳng được thừa hưởng vương quốc Đức Chúa Trời sao? ¹⁰Đừng tự lừa dối mình. Những kẻ tà dâm, kẻ thờ thần tượng, kẻ ngoại tình, kẻ đồng tính luyến ái, kẻ trộm cắp, kẻ tham lam, kẻ say sưa, kẻ chửi rủa, kẻ cướp giật, sẽ không được thừa hưởng vương quốc Đức Chúa Trời. ¹¹Trước đây anh em có đôi người như vậy. Nhưng trong danh Chúa là Đức Chúa Jêsus Christ và trong Thánh Linh của Đức Chúa Trời chúng ta, anh em đã được thanh tẩy, được thánh hóa và được xưng công chính.

1 Cô-rinh-tô 6:9–11

Cơn lốc của sự thay đổi

Thái độ đối với vấn đề đồng tính luyến ái thay đổi nhanh chóng trong vài thập kỷ qua. Mới vào năm 1967, hành vi đồng tính giữa những người thông dâm thành niên ở Anh được pháp luật thừa nhận. Đến năm 1973, Hiệp hội Tâm thần học Hoa Kỳ mới chính thức xem đồng tính luyến ái là một hình thức của bệnh tâm thần. Kể từ đó, chúng ta đã chứng kiến một cơn lốc thay đổi. Giờ đây người ta thường tin rằng hành vi đồng tính luyến ái không hề trái luân thường đạo lý hay lệch lạc nhưng hoàn toàn tự nhiên đối với một số người. Bởi vậy, quy định khác nhau về độ tuổi cho phép có hành vi đồng tính, không cho các cặp đồng tính quyền được nhận con nuôi, hay cho hôn nhân dị tính một địa vị đặc biệt về mặt luật pháp, điều mà những người có quan hệ đồng giới không có, bị nhiều người cho là một sự vi phạm nhân quyền chẳng khác nào phân biệt chủng tộc, giới tính hay người tàn tật.

Những thay đổi trong xã hội đã dẫn đến những phân rẽ sâu sắc trong hội thánh. Những Cơ Đốc nhân theo chủ nghĩa xét lại cấp tiến ở Tây phương đã biện luận để ủng hộ cho việc thay đổi đối với cách hiểu của Cơ Đốc giáo truyền thống cho rằng bối cảnh duy nhất đúng đắn cho tình dục là trong hôn nhân giữa hai người khác giới. Những thay đổi ấy bị chống đối bởi Cơ Đốc nhân chính thống giáo, những người có niềm tin đúng đắn rằng vấn đề thật sự đang bị đe dọa nằm sâu xa hơn vấn đề đồng tính rất nhiều, nó là vấn đề liên quan đến sự hiểu biết Kinh Thánh, tội lỗi và sự cứu chuộc. Có một mối đe dọa trong tất cả những tranh cãi và bất đồng này, dầu chúng cần thiết ra sao đi nữa, đó là chúng ta quên rằng đồng tính luyến ái không chỉ là một "vấn đề", nó liên quan đến con người được Đức Chúa Trời tạo dựng và yêu thương, mà nhiều người trong số ấy là Cơ Đốc nhân. Trong chương này, tôi không nỗ lực nói đến những tranh cãi xung quanh vấn đề đồng tính luyến ái trong xã hội và hội thánh, mà tôi đang viết cho những người mà với họ đây là chủ đề mang tính cá nhân.

Các con số thống kê

Chúng ta không biết chắc có bao nhiêu người từng cảm thấy mình bị thu hút bởi người đồng giới. Báo cáo năm

1948[1] của Kinsey kết luận 4% đàn ông Mỹ da trắng là những người đồng tính suốt đời và 10% đồng tính ba năm trở lên. Những con số này vẫn còn được trích dẫn rộng rãi, mặc dù phương pháp nghiên cứu của Kinsey hiện giờ được coi là không đáng tin cậy. Những khảo sát mở rộng gần đây về kinh nghiệm tình dục tại Anh và Mỹ chỉ ra rằng 6,1% (Anh) và 9,1% (Mỹ) nam giới và 3,4% (Anh) và 4,3% (Mỹ) nữ giới đã trải qua một kinh nghiệm tình dục nào đó với một người đồng giới. Một con số đáng kể những người nam này có quan hệ đồng giới trước khi được 18 tuổi và không bao giờ lặp lại quan hệ ấy nữa. Chỉ 3,6% (Anh) và 4,1% (Mỹ) nam giới và 1,7% (Anh) và 2,2% (Mỹ) nữ giới công nhận có quan hệ tình dục với một người đồng giới trong vòng năm năm qua.[2]

Chúng ta nên thận trọng khi đưa ra bất cứ kết luận như đinh đóng cột nào từ những con số này. Vấn đề tính dục của con người phức tạp hơn người ta thường tưởng tượng và có lẽ tốt nhất nên xem tính dục như một quang phổ phức tạp. Trong khi một số người thuộc về đầu này hoặc đầu kia (chỉ bị thu hút bởi những người khác giới – hoặc chỉ bị thu hút bởi những người đồng giới), thì lại có những người khác ở

---

1. Kinsey, A. C., Pomeroy, W. B., Martin, C. E., *Sexual Behavior in the Human Male*, Reprint ed., (Indiana University Press, Bloomington, 1988).

2. Wellings, K., Field, J., Johnson, A. và Wadsworth, J., *Sexual Behavior in Britain* (Penguin, London, 2984), tr. 187: Laumann, E. O., Gagnon, J. H., Michael, R. T. và Michaels, S., *The Social Organization of Sexuality: Sexual Practices in the United States* (University of Chicago Press, Chicago, 1994), tr. 294, 296, 303.

gần chính giữa. Vị trí của chúng ta trên quang phổ ấy có thể không cố định một chỗ. Nhiều người kinh nghiệm sự thu hút đồng giới khi còn trẻ lại không bao giờ cảm nhận như vậy trong quãng đời còn lại; những người khác lại ngạc nhiên bởi sự xuất hiện đột ngột của sự hấp dẫn đó vào tuổi trung niên. Sau khi trích dẫn những số liệu khác nhau trong thế giới Tây phương, một tác giả đã kết luận rằng có lẽ "chưa đến 2% người nam và chưa đến 1% nữ giới trong dân số là người đồng tính hoàn toàn trong thiên hướng lẫn trong thực hành."[3] Tuy nhiên, một bộ phận khá đông lại kinh nghiệm sự thu hút đồng giới vào một thời điểm nào đó và kết quả là họ tự hỏi liệu mình có phải là người đồng tính không, thậm chí liệu họ có bao giờ hành động theo cảm xúc của mình không. Chúng ta có thể chắc rằng có một con số ấn tượng những tín hữu trong một hội thánh tiêu biểu thấy vấn đề đồng tính luyến ái đối với họ không chỉ đơn thuần là vấn đề mang tính chính trị trong xã hội hay hội thánh mà còn là một vấn đề vô cùng cá nhân.

Những nguyên nhân

Không có một sự đồng thuận rõ ràng nào trong câu hỏi vì sao người ta lại có sự hấp dẫn về tình dục đối với những người cùng giới. Một số người cho rằng yếu tố sinh học là chủ yếu. Một số nghiên cứu trước giờ vẫn được trích dẫn rộng rãi để ủng hộ cho sự liên đới giữa hành vi đồng giới với

---

3. Stott, J., *Issues Facing Christians Today*, 4th Ed. (Zondervan, Grand Rapids, 2006), tr. 445.

những hóc-môn hoặc gen di truyền nào đó, nhưng những nghiên cứu này đã được bác bỏ rộng rãi và không được số đông trong cộng đồng khoa học công nhận.

Những giả thuyết khác lại tập trung vào yếu tố môi trường. Nhiều giả thuyết nhấn mạnh tầm quan trọng của các mối liên hệ bên trong gia đình trong thời kỳ thơ ấu, đặc biệt là với phụ huynh cùng giới. Martin Hallet, giám đốc True Freedom Trust, một mục vụ Cơ Đốc giúp đỡ cho những Cơ Đốc nhân đang tranh chiến với đồng tính luyến ái[4] đã ghi nhận rằng đa phần những người đồng tính nam mà ông tư vấn cảm thấy thiếu mối liên hệ gần gũi với cha của mình hoặc một hình mẫu người nam quan trọng khác trong những năm đầu đời.[5] Những mối quan hệ với những người cùng trang lứa trong giai đoạn thơ ấu và dậy thì cũng rất quan trọng. Những người cảm thấy khác biệt với, hoặc bị những người bạn cùng giới khước từ, có thể phát triển một ước muốn mạnh mẽ là được những người ấy chấp nhận. Ước muốn này có lẽ sau đó trở thành ham muốn tình dục sau giai đoạn dậy thì, và những cá nhân này kinh nghiệm sự thu hút đặc biệt với những người phù hợp nhất với hình mẫu lý tưởng về con người mà họ muốn mình trở thành.

Tuy nhiên, không một giả thuyết đơn lẻ nào về nguyên nhân có thể phù hợp với tất cả mọi cá nhân. Có lẽ tốt nhất là chấp nhận một "mô hình nhiều nguyên nhân." Một tác giả đã kết luận: "điều này có nghĩa là hình thái và mức độ khao

---

4. True Freedom Trust: www.truefreedomtrust.co.uk.
5. Homosexuality, *Nucleus* (January, 1994), tr. 14–19.

khát đồng tính của mỗi người sẽ là sự kết hợp của những yếu tố tâm lý và sinh học đặc biệt, có lẽ là độc nhất, và có lẽ tốt nhất chúng ta nên gọi là "các xu hướng đồng tính".[6]

Đức Chúa Trời nhìn đồng tính luyến ái như thế nào?

Những người kinh nghiệm sự hấp dẫn đồng giới thường cảm thấy mình kém giá trị và cho rằng nếu người khác biết về cảm xúc của mình thì họ sẽ hắt hủi mình. Cơ Đốc nhân lại càng nhạy cảm hơn bởi vì một số hội thánh thường xuyên lên án chuyện đồng tính luyến ái. Nhiều người bắt đầu cảm thấy rằng nếu những cảm xúc đồng tính của họ bị lộ ra thì họ không chỉ bị những người cùng niềm tin xa lánh mà Đức Chúa Trời còn chối từ họ, đơn giản bởi vì những ham muốn của họ. Nhưng điều đó chắn chắn không đúng.

Có lẽ bạn cảm thấy rằng không ai hiểu bạn, bạn cũng không thật sự hiểu nổi mình. Nhưng Đức Chúa Trời hiểu, Ngài biết bạn rõ hơn bạn biết về mình. Như tác giả của Thi thiên đã viết: "Lạy Đức Giê-hô-va, Ngài đã dò xét con và biết rõ con. Chúa biết khi con ngồi, lúc con đứng dậy; Từ xa Chúa biết rõ tư tưởng con" (Thi 139:1–2).

Đức Chúa Trời biết mọi điều về bạn, ngay cả những suy nghĩ kín giấu nhất hay những việc làm đáng hổ thẹn nhất, thế mà, kỳ diệu thay, Ngài vẫn yêu bạn. Ngài không đợi cho bạn phải đúng theo một khuôn mẫu hoặc một tiêu chuẩn cụ thể nào đó thì Ngài mới chủ động cứu bạn. "Nhưng Đức

---

6. Goddard, A., *Homosexuality and the Church of England* (Grove Books, Cambridge, 2004).

Chúa Trời bày tỏ lòng yêu thương của Ngài đối với chúng ta, khi chúng ta còn là tội nhân thì Đấng Christ đã chết thay cho chúng ta" (Rô 5:8). Nếu bạn đang đặt lòng tin nơi Đấng Christ, thì bạn có thể tin chắc rằng Đức Chúa Trời là Cha của bạn và bạn là đứa con rất yêu dấu của Ngài. Bạn có thể nói như Phao-lô: "Vì tôi đoan chắc rằng dù sự chết, sự sống, các thiên sứ, các bậc cầm quyền, việc hiện tại, việc tương lai, các quyền lực, chiều cao, chiều sâu, hoặc một tạo vật nào cũng không thể phân rẽ chúng ta khỏi tình yêu thương của Đức Chúa Trời trong Đấng Christ Jêsus, Chúa chúng ta" (Rô-ma 8:38–39). Đức Chúa Trời không hổ thẹn về bạn. Ngài biết những tội lỗi và những yếu đuối của bạn, thế mà Ngài vẫn vui về bạn và khao khát đổ đầy tình yêu Ngài trên bạn. "Bạn không phải là đứa con sinh ra ngoài ý muốn."[7]

Mặc dù Đức Chúa Trời yêu những người bị thu hút với người đồng giới, nhưng Ngài không tán thành việc thực hành đồng tính luyến ái. Chúng ta không cần phải cảm thấy mặc cảm tội lỗi hoặc bị đoán xét vì những cám dỗ mình đối diện, dù là cám dỗ quan hệ đồng giới hay dị giới, nhưng chúng ta cũng không nên thể hiện chúng về phương diện tình dục, trừ ra trong hôn nhân dị giới. Sự dạy dỗ nhất quán của Kinh Thánh đó là thực hành đồng tính luyến ái là sai. Điều này không chỉ đơn thuần nằm ở một số bản văn Kinh Thánh riêng lẻ, nhưng nó phát xuất từ kế hoạch của Đức Chúa Trời cho tạo vật như đã được trình bày trong Sáng

---

7. Keane, C., *What Some of You Were* (Matthias Press, London, 2001), tr. 29.

đoạn 1 và 2. Trước khi xem xét hai đoạn Kinh Thánh đặc biệt nói đến đồng tính luyến ái, chúng ta cần đặt phần thảo luận về vấn đề này trong bối cảnh của những nền tảng thiết yếu tạo nên thế giới quan Cơ Đốc: sự sáng tạo, sa ngã, cứu chuộc và tạo vật mới.

THẾ GIỚI QUAN CƠ ĐỐC

Sự sáng tạo

Ngay từ buổi ban đầu, Đức Chúa Trời đã phân biệt rõ ràng hai giới tính: "Đức Chúa Trời sáng tạo loài người theo hình ảnh Ngài. Ngài sáng tạo loài người theo hình ảnh Đức Chúa Trời. Ngài sáng tạo người nam và người nữ" (Sáng 1:27). Chúng ta không chỉ đơn thuần là con người; chúng ta là những người nam và người nữ. A-đam được tạo nên trước nhất và sau đó Đức Chúa Trời phán: "Con người ở một mình thì không tốt. Ta sẽ tạo nên một người giúp đỡ thích hợp với nó" (Sáng 2:18). Người giúp đỡ mà Đức Chúa Trời tạo nên không phải là một người nam khác, mà là một người nữ. "A-đam không được Chúa ban cho một bạn đồng hành y như mình, ông được ban cho một *người nữ*, và ông vui trong *sự tương ứng, phù hợp* của nàng đối với mình" (Sáng 2:23), là điều có ở cả trong sự giống nhau (là con người) của nàng và sự khác biệt (là người nữ) của nàng. Hai người được tạo dựng cho nhau đúng theo nghĩa đen và cả nghĩa bóng."[8] Khi

---

8. Schmidt, T. E, *Straight and Narrow?* (IVP, Leicester, 1995), tr. 44.

đã tạo ra cho chúng ta tính dục mang tính bổ sung cho nhau, thì Đức Chúa Trời cũng thiết lập hôn nhân như một bối cảnh đúng đắn để thể hiện bản năng tình dục ấy: "Bởi vậy, người nam sẽ lìa cha mẹ mà gắn bó với vợ mình, và cả hai trở nên một thịt" (Sáng 2:24).

Trái với suy nghĩ của nhiều người, Kinh Thánh không hề chống lại tình dục. Kinh Thánh bắt đầu bằng lời khẳng định hết sức tích cực về tính dục của chúng ta, những người nam và người nữ, cũng như về hôn nhân. Tất cả những lời phủ định của Kinh Thánh về bối cảnh thay thế cho quan hệ tình dục đều xuất phát từ những lời khẳng định trong thiết kế từ buổi sáng tạo của Đức Chúa Trời. Những lời phủ định ấy chắc chắn không chỉ tập trung vào hay đặc biệt nói đến tình dục đồng giới. Kinh Thánh phê chuẩn tình dục trong hôn nhân và ngăn cấm tình dục trong tất cả các bối cảnh khác, dù là dị giới hay đồng giới.

Sự sa ngã

Trong khi Sáng Thế Ký 1 và 2 mô tả thiết kế toàn hảo của Đức Chúa Trời cho cõi thọ tạo của Ngài, thì chương tiếp theo giải thích về sự hư hoại của nó. Khi người nam và người nữ quay lưng lại với Đức Chúa Trời, thì tội lỗi bước vào thế giới và phá hỏng mọi khía cạnh của nhân tính con người, bao gồm cả tính dục. Chúng ta vẫn mang ảnh tượng của Chúa nhưng ảnh tượng ấy đã bị hỏng*So sánh phần edit và phần dịch*. Nhân tính của chúng ta giờ đây không chỉ bắt nguồn từ công trình sáng tạo nhưng cũng từ sự sa ngã nữa.

Những người nhận biết những ham muốn đồng tính của mình đôi khi lập luận: "Đức Chúa Trời tạo nên tôi như thế, đó là điều tự nhiên đối với tôi. Và, bởi vì chúng là một phần bản chất của tôi, nên những ham muốn ấy phải là tốt lành và vì thế có thể thể hiện những ham muốn tình dục ấy." Nhưng trong thế giới sa ngã này, bản năng không phải là một phần trong kế hoạch của Chúa chỉ vì mình cảm thấy điều đó là tự nhiên. Cũng như bản tính ích kỷ và nóng giận bắt nguồn từ sự sa ngã, chứ không phải từ sự sáng tạo toàn hảo của Đức Chúa Trời thể nào, thì cũng vậy, rất nhiều ham muốn tình dục của chúng ta cũng là sản phẩm của tội lỗi thể ấy. Điều đó đúng với tất cả chúng ta. Mọi người đều bại hoại về mặt tình dục kể từ sự sa ngã. Chúng ta đều có một ham muốn tình dục bên ngoài bối cảnh mà Chúa định cho nó là hôn nhân, và chúng ta đều được kêu gọi để chống trả lại những ham muốn ấy. Không ai trong chúng ta làm được điều đó một cách hoàn toàn, bởi thế không có lời biện hộ nào cho bất cứ ai trong chúng ta khi khinh thường người khác trong lĩnh vực này. Chúng ta đều phạm tội về mặt tình dục, bất kể ham muốn của chúng ta là đồng tính hay dị tính.

Sự cứu chuộc

Nếu chúng ta phải hình thành cho mình sự hiểu biết Cơ Đốc về bất cứ chủ đề nào thì chúng ta không chỉ nghĩ đến quan điểm về sự sáng tạo hay sa ngã, mà cả về sự cứu chuộc nữa: sự cứu rỗi Đấng Christ đem lại qua sự chết và sự sống lại của

Ngài. Công tác cứu chuộc của Đấng Christ tác động đến hiểu biết của chúng ta về tình dục và tính dục như thế nào?

Đúng là Tân Ước chưa hề ghi nhận Chúa Giê-xu trực tiếp nói về hành vi đồng tính, nhưng điều đó không có nghĩa là Ngài trung lập về vấn đề này. Rõ ràng Ngài xác nhận những lời khẳng định của Sáng thế Ký 1 và 2, và chúng là nền tảng của lập trường nhất quán của Kinh Thánh rằng tình dục ngoài hôn nhân là sai. Khi được hỏi về ly dị, Ngài đã đáp: "Các ngươi chưa đọc sao? Từ ban đầu Đấng Tạo Hóa đã tạo nên người nam và người nữ, và phán: 'Vì lý do đó, người nam sẽ lìa cha mẹ mà kết hợp với vợ mình; và hai người sẽ trở nên một thịt'. Như thế vợ chồng không còn là hai nữa, mà chỉ là một thịt. Vậy, loài người không được phân rẽ những người mà Đức Chúa Trời đã phối hợp!" (Mat 19:4–6).

Tân Ước xác nhận kế hoạch từ thuở sáng tạo của Đức Chúa Trời bằng cách nói một cách quả quyết về tình dục trong hôn nhân và phủ nhận tình dục trong tất cả các bối cảnh khác. Việc Kinh Thánh lên án hành vi đồng tính không chỉ vì nó liên quan tới văn hóa của thời đó và vì thế không áp dụng cho thời đại ngày nay. Gốc rễ của vấn đề không nằm ở một nền văn hóa cụ thể nào, nhưng ở kế hoạch của Đức Chúa Trời cho cõi tạo vật ở tất cả mọi nơi và mọi thời đại.

Chúng ta không nên đọc Ma-thi-ơ 19 mà không lưu ý rằng, bên cạnh lời khẳng định về kế hoạch từ buổi sáng tạo của Đức Chúa Trời dành cho tình dục và hôn nhân, Chúa Giê-xu cũng đưa ra một lưu ý hoàn toàn mới mẻ bằng cách quả quyết về chuyện sống độc thân: "Vì có những người bị hoạn từ lúc mới sinh; có người hoạn bởi tay người ta, và có người tự hoạn vì cớ vương quốc thiên đàng. Người nào có thể nhận được lời nầy, hãy nhận đi" (Mat 19:12). Độc thân là ơn do Đức Chúa Trời "ban cho" (câu 11), không chỉ cho những ai tình nguyện chọn sống độc thân vì vương quốc Ngài, nhưng cũng cho những người vì hoàn cảnh, có thể là từ khi sinh ra hoặc trong kinh nghiệm sau này, ngăn cản họ trong việc lập gia đình. Điều này có thể bao gồm cả một số người có xu hướng tình dục đồng giới.

Độc thân rõ ràng không nên bị xem là lựa chọn "hạng nhì". Chúa Giê-xu không hề lập gia đình và cũng chưa bao giờ trải nghiệm quan hệ tình dục, nhưng Ngài vẫn là con người trọn vẹn nhất trong lịch sử. Sứ đồ Phao-lô cũng đã dạy rằng, trong một số phương diện, ở độc thân là "tốt hơn" lập gia đình bởi vì sự tự do mà nó mang lại cho chúng ta để phục vụ Đấng Christ (1 Cô 7:25–40). Dĩ nhiên, đi kèm với việc ở độc thân là những tranh chiến, nhưng với hôn nhân cũng thế thôi. Phao-lô nói về cả việc ở độc thân lẫn việc kết hôn đều là "ơn" hay "món quà" từ Chúa (1 Cô 7:7), tức là bản thân việc sống độc thân hoặc lập gia đình, chứ không phải khả năng sống thỏa lòng khi độc thân hoặc lập gia đình. Thay vì tập trung vào những gì chúng ta thấy khó khăn trong hoàn cảnh của mình, thì chúng ta nên cảm tạ Chúa về bất cứ ơn nào Ngài ban cho chúng ta và tìm cách để tận dụng triệt để những ích lợi của nó. Một số người sống độc thân sau này lại nhận được ơn có gia đình, và một số người có gia đình sau này lại nhận được ơn ở độc thân, sau

174 | Cuộc Chiến của Những Người Tin Chúa

khi ly dị hoặc sau khi người phối ngẫu qua đời. Cả hai tình trạng ấy, không tình trạng nào thiêng liêng hơn tình trạng nào và cả hai đều được nhìn nhận cách rất tích cực trong Tân Ước.

Tạo vật mới

Một ngày nào đó Đấng Christ sẽ trở lại để hoàn tất công tác cứu chuộc của Ngài và mở đầu một cõi sáng tạo mới mẻ toàn hảo. Nhãn quan của chúng ta sẽ thay đổi nếu hiện tại chúng ta sống với tâm trí suy nghĩ về tương lai vinh hiển đó. Sẽ không còn cưới gả (Mác 12:25), nhưng cũng chẳng có ai thấy cô đơn cả. Tất cả mọi người thuộc về Chúa đều sẽ cùng nhau vui hưởng sự thân mật toàn hảo của mối liên hệ giữa chúng ta với Đấng Christ. Sách Khải Huyền mô tả sự trở lại của Ngài như ngày cưới khi Ngài và người thuộc về Ngài được kết hiệp với nhau (19:7; 21:2–4). Sẽ thật khó để trung thành với Đấng Christ trong những tranh chiến của đời này, bao gồm cả cám dỗ tình dục đồng giới, nhưng trận chiến sẽ không tiếp diễn mãi mãi. Bất cứ sự cô đơn hoặc nản chí nào chúng ta trải nghiệm trong hiện tại cũng đều sẽ được thay thế bởi niềm vui lớn lao hơn nhiều trong tương lai.

Những phân đoạn Kinh Thánh

Có khá ít những phân đoạn Kinh Thánh trực tiếp đề cập đến hành vi đồng tính luyến ái. Đây không phải là chỗ để nghiên cứu chi tiết về những phân đoạn ấy[9] nhưng tôi sẽ đưa ra một nhận xét ngắn gọn về từng phân đoạn. Chúng ta cần nhớ rằng những phân đoạn ấy xuất hiện từ bối cảnh thần học rộng lớn hơn chúng ta vừa xem xét, tức là xem hôn nhân dị tính là nơi duy nhất thích hợp cho tình dục theo kế hoạch sáng tạo của Đức Chúa Trời.

Sáng Thế Ký 19 (và Các Quan Xét 19)

Sáng Thế Ký 19 là ký thuật về sự hủy diệt thành Sô-đôm và Gô-mô-rơ. Các thiên sứ đến Sô-đôm viếng thăm Lót và được mời ở lại với ông. Khi nghe về sự có mặt của họ, những người đàn ông của thành đã bao vây nhà Lót và gọi Lót: "Những người khách vào nhà ông tối nay đang ở đâu? Hãy dẫn họ ra đây để chúng tôi ăn nằm với họ" (câu 5). Cách hiểu truyền thống, được phản ánh trong từ "sodomy" (thói giao hợp theo đường hậu môn) là đồng tính luyến ái là tội lỗi khiến Đức Chúa Trời hủy diệt Sô-đôm. Nhưng hiểu như vậy là thêm ý riêng vào phân đoạn này, và vào một ký thuật về sự kiện tương tự trong Các quan xét 19. Tội mà đám đông đe dọa là tội hiếp dâm tập thể, rõ ràng là điều không thể chấp nhận được dù nó là đồng giới hay dị giới. Không nên dùng những phân đoạn này để lập luận chống lại tình dục đồng giới nói chung.

9. Gagnon, R. A. J., *The Bible and Homosexual Practice* (Abingdon Press, Nashville, 2001), phân tích triệt để sự dạy dỗ của Kinh Thánh trong lĩnh vực này; Schmidt, T., *Straight and Narrow?* (IVP, Leicester, 1995); Peterson, D. (Ed.), *Holiness and Sexuality* (Paternoster, Milton, Keynes, 2004), là những phần dẫn nhập tuyệt vời.

Lê-vi Ký 18:22 và 20:13

Luật của Chúa nói rằng tình dục đồng giới là "đáng ghê tởm". Luật đó rất rõ, nhưng lời ngăn cấm này có còn áp dụng cho người thuộc về Chúa ngày hôm nay không? Một số người lập luận rằng luật trong Lê-vi Ký không hề lên án tình dục đồng tính nói chung nhưng chỉ lên án những hành động đồng tính trong bối cảnh của sự thờ phượng tà thần. Nhưng bối cảnh của những luật này không ủng hộ cho cách hiểu giới hạn như thế. Những chương này nói về rất nhiều những điều cấm kỵ về tình dục bao gồm ngoại tình (18:20), quan hệ với những người họ hàng gần (18:6) và giao hợp với thú vật (18:23) và không chỉ giới hạn cho những hành vi tình dục trong sự thờ phượng ngoại giáo.

Nhưng chúng ta cũng cần cẩn trọng trước khi áp dụng những luật này ngày hôm nay. Lê-vi Ký cũng cho chúng ta biết rằng chúng ta không được phép ăn thịt heo, nhưng điều đó không ngăn cản Cơ Đốc nhân ngày nay ăn bánh mì sandwich với thịt heo xông khói. Dựa trên cơ sở nào để nói rằng luật này vẫn được áp dụng còn luật kia thì không? Tạ ơn Chúa vì Ngài không để chúng ta hiểu theo trực giác mà thôi. Tân Ước nói rất rõ rằng một số luật không còn áp dụng nữa bởi vì chúng được thiết lập chỉ dành cho thời kỳ của giao ước cũ, là thời kỳ đã làm trọn trong Đấng Christ. Chẳng hạn luật về thức ăn nhằm đánh dấu dân tộc của Đức Chúa Trời về mặt chủng tộc, tức dân Y-sơ-ra-ên, là một dân đặc biệt trên thế gian. Giờ đây chúng không còn phù hợp nữa bởi vì dân của Chúa hiện thời là một gia đình đa sắc tộc, đa văn hóa của những người ở trong Đấng Christ, và vì thế Chúa Giê-xu đã hủy bỏ những luật ấy (Mác 7:19; Công vụ 10:15). Nhưng luật bắt nguồn từ nguyên tắc sáng tạo (và vì thế không chỉ dành cho một thời kỳ cụ thể nào cả), chẳng hạn như việc cấm nếp sống đồng tính luyến ái, và được lặp lại trong Tân Ước, thì vẫn áp dụng cho các Cơ Đốc nhân ngày nay.

Rô-ma 1:26–27

Phao-lô đang phơi bày tội của thế giới ngoại giáo trong việc họ áp chế chân lý của Đức Chúa Trời và yêu thích thần tượng: "vì họ đã đổi chân lý của Đức Chúa Trời để lấy sự dối trá; họ thờ phượng và phục vụ tạo vật thay vì Đấng Tạo Hóa" (1:25). Kết quả là, Đức Chúa Trời thể hiện đoán phạt của Ngài bằng cách "phó họ" (câu 24, 26 và 28) cho hành vi theo sau việc họ chối từ Ngài. Điều này được thể hiện trong nhiều tội khác nhau (xem câu 29–31) trong đó có hành vi đồng tính luyến ái: "Chính vì lý do đó mà Đức Chúa Trời đã phó mặc họ cho tình dục đáng xấu hổ. Cả đến đàn bà cũng đã đổi cách quan hệ tự nhiên ra cách phản tự nhiên. Đàn ông cũng vậy, bỏ cách quan hệ tự nhiên với phụ nữ mà un đốt tình dục lẫn nhau, đàn ông làm điều đồi bại với đàn ông, và chính họ phải chịu sự sửa phạt tương xứng với sự lầm lạc của mình" (1:26–27).

Người ta lập luận rằng trong phân đoạn này Phao-lô không lên án tất cả hành vi tình dục đồng tính. Ông chỉ lên án những ai từ bỏ những cách quan hệ "tự nhiên" với người khác giới và vì thế, một số người nói, những lời này của ông không áp dụng cho những người có khuynh hướng tự nhiên là đồng tính luyến ái. Người khác lại đi xa hơn và nhắc chúng ta nhớ rằng Phao-lô là một người Do Thái sống ở thế kỷ thứ nhất, và vì thế khi ông nói đến đồng tính luyến ái, lẽ dĩ nhiên ông nói theo cách nghĩ của người Do Thái ở thế kỷ thứ nhất về đồng tính luyến ái. Trong suy nghĩ của người Do Thái, đồng tính luyến ái là tội lỗi của người ngoại bang, thường liên quan với việc quan hệ tình dục với các bé trai, chẳng hạn như những người giám hộ lớn tuổi có quan hệ tình dục với các bé trai nhỏ tuổi hơn, và nó diễn ra tại các đền thờ tà thần. Họ biện luận rằng, việc Phao-lô lên án tình dục đồng tính không nói gì đến việc quan hệ có sự ưng thuận của hai bên diễn ra trong thế giới ngày nay giữa vòng những cặp có cam kết, và những cặp này có khuynh hướng đồng tính từ trong bản chất.

Cách hiểu Rô-ma 1 của những người theo chủ nghĩa xét lại này không công bằng với bối cảnh trước mắt của Rô-ma 1:26–27 lẫn bối cảnh rộng lớn hơn của thần học Thánh Kinh. Chủ đề của Phao-lô trong các phân đoạn này là sự sáng tạo (1:18–20). Khi ông nói "tự nhiên", ông không nói đến những hiểu biết hiện đại về xu hướng tình dục. Lối sống đồng tính là "trái tự nhiên", hoặc "đi ngược với tự nhiên" như Phao-lô đã trình bày, bởi vì nó đi ngược lại với khuôn mẫu sáng tạo của Đức Chúa Trời cho tình dục như đã được ghi lại trong Sáng thế Ký. Những nhận xét của ông có lẽ nói trong bối cảnh cụ thể của thế kỷ thứ nhất, nhưng việc áp dụng thì không chỉ giới hạn cho bối cảnh đó. Lối sống đồng tính luyến ái là "ngược với lẽ tự nhiên" dù nó xảy ra ở đâu, dù trong bối cảnh thờ thần tượng hay trong một mối quan hệ có cam kết.

1 Cô-rinh-tô 6:9–11 (và 1 Ti-mô-thê 1:9–10)

Phao-lô liệt kê mười kiểu hành vi mà nếu người ta cứ làm và không ăn năn, thì sẽ bị loại khỏi vương quốc Đức Chúa Trời. Hai trong số đó liên quan đến đồng tính luyến ái. Đầu tiên là từ được bản NIV dịch là "mại dâm nam" (làm trai bao). Từ ngữ Phao-lô sử dụng có thể chỉ có nghĩa là "ủy mị" hoặc "dịu dàng", nhưng việc nó xuất hiện ở đây, nằm giữa hai từ mang nghĩa tình dục, rõ ràng cho thấy ông đang dùng từ đó theo nghĩa tương tự. Đôi khi từ này được sử dụng để nói về những cậu con trai làm mại dâm, là cách hiểu của bản dịch NIV. Có thể đó là cách dịch quá đặc biệt và có thể Phao-lô đang sử dụng từ này theo một trong các nghĩa khác để nói về những người nam cố tình làm cho mình hấp dẫn đối với những người nam khác, hay, cụ thể hơn là hấp dẫn những bạn tình thụ động trong tình dục đồng giới.

Từ khác Phao-lô sử dụng, được dịch là "kẻ đồng tính luyến ái" trong bản NIV, là một từ ghép có nghĩa đen là "những người nằm với người nam". Từ này cũng được sử dụng trong 1 Ti-mô-thê 1:10 (được dịch là "kẻ trái thói về tình dục" trong bản NIV). Một số người cho rằng nghĩa của từ này cần phải được giới hạn, chẳng hạn như, cho những người có quan hệ tình dục với đĩ điếm hoặc những kẻ có quan hệ tình dục với các bé trai, nhưng nếu Phao-lô nghĩ đến một hành vi cụ thể như vậy, chắc chắn ông đã không sử dụng một từ chung chung (*arsenokoitai*).

Rất có thể *arsenokoitai* là cách dịch sang tiếng Hy Lạp của hai từ Hê-bơ-rơ trong Lê-vi ký 18:22 và 20:13 ("nằm với một người nam")[10], nói về việc quan hệ đồng giới nói chung. Có thể Phao-lô sử dụng từ này để chỉ những bạn tình chủ động trong tình dục đồng giới.

Ngay cả khi từ Phao-lô sử dụng chủ yếu ám chỉ những hình thức cụ thể của hành vi đồng tính, thì cũng không có lý do gì để tin rằng ông sẽ dung thứ cho nó trong bất cứ bối cảnh nào khác. Kinh Thánh hoàn toàn nhất quán về chủ đề này; lối sống đồng tính luyến ái luôn luôn được nói đến một cách tiêu cực. Nó được xem như sự lệch hướng ra khỏi ý định ban đầu của Đức Chúa Trời dành cho tình dục, như được mô tả trong Sáng thế Ký 1 và 2 và được xác nhận xuyên suốt Kinh Thánh.

Một số chân lý cần ghi nhớ

1. Phúc âm đem lại sự tự do

Kinh Thánh không chỉ chứa đựng những tiêu chuẩn đầy thách thức của Đức Chúa Trời, mà còn công bố những chân lý đầy vinh hiển giúp chúng ta vâng phục những tiêu chuẩn ấy. Nếu chúng ta tập trung vào những yếu đuối, cám dỗ và tội lỗi của mình, thì chúng ta sẽ sớm mất tinh thần; nhưng

---

10. Wright, D., *Homosexuals or Prostitutes? The meaning of Arsenokoitai* (1 Cor 6:9; 1 Tim 1:10, 1984), *Vigiliae Christianae* 38, tr. 125–153.

Kinh Thánh hướng sự tập trung của chúng ta vào Đức Chúa Trời và Phúc âm của Ngài. "Phúc âm cung cấp 'sự giải phóng cho người đồng tính' bằng cách phá vỡ quyền lực của tội lỗi."[11]

Sau khi đã liệt kê một loạt những hành vi bị ngăn cấm, trong đó có lối sống đồng tính luyến ái, Phao-lô tiếp tục: "Trước đây anh em có đôi người như vậy. Nhưng trong danh Chúa là Đức Chúa Jêsus Christ và trong Thánh Linh của Đức Chúa Trời chúng ta, anh em đã được thanh tẩy, được thánh hóa và được xưng công chính" (1 Cô 6:11). Dường như một số người trong hội thánh Cô-rinh-tô trước đây đã từng có lối sống đồng tính luyến ái, nhưng kể từ khi tin Chúa thì họ ăn năn tội lỗi của mình. Cũng như tất cả chúng ta khi quay về với Đấng Christ, họ có thể chắc chắn rằng họ đã hoàn toàn được tẩy sạch mọi tội mình, hoàn toàn được Đức Chúa Trời chấp nhận và hoàn toàn công chính trong mắt Ngài. Chúng ta không cần phải làm nô lệ cho quá khứ của mình nữa: "Anh em không biết rằng những kẻ không công chính sẽ chẳng được thừa hưởng vương quốc Đức Chúa Trời sao" (2 Cô 5:17).

Phong trào đồng tính kêu gọi những ai kinh nghiệm sự thu hút đồng giới hãy "lộ ra" và công khai thừa nhận nhân dạng đồng tính. Nhưng con đường dẫn đến sự trưởng thành Cơ Đốc nằm ở việc công nhận rằng nhân dạng thật sự của chúng ta là ở trong Đấng Christ, rằng chúng ta được định

---

11. Townsend, C., "Homosexuality: Finding the Way of Truth and Love", *Cambridge Papers*, Vol.3, No. 2.

nghĩa bằng mối liên hệ của mình với Ngài, chứ không bởi tính dục của mình. Chúng ta sẽ trưởng thành trong nhân tính và trong sự môn đệ hóa khi chúng ta nắm lấy trọn vẹn sự diệu kỳ của sự cứu chuộc của chúng ta và sống với những hàm nghĩa của nó. Sự dạy dỗ về đạo đức của Tân Ước không đơn thuần là một danh sách những việc được và không được phép làm, mà nó tuôn chảy từ công tác cứu chuộc của Đức Chúa Trời dành cho chúng ta và trong chúng ta. Trước khi khuyên bảo người Cô-lô-se hãy "giết chết những dục vọng trần tục như gian dâm, bất khiết, tình dục dâm đãng, ước muốn xấu xa và tham lam; vì tham lam là một hình thức thờ hình tượng" (3:5), Phao-lô đặt nền tảng cho lời kêu gọi của mình trên địa vị mới của họ trong Đấng Christ: "Vậy nếu anh em đã được sống lại với Đấng Christ,... anh em đã chết, sự sống của mình đã giấu với Đấng Christ trong Đức Chúa Trời. Khi nào Đấng Christ là sự sống của anh em hiện ra, lúc ấy anh em cũng sẽ hiện ra với Ngài trong vinh quang" (3:1–4). Chúng ta không cần phải tìm kiếm sự chấp nhận, yêu thương và nhân dạng; những thực tại khó tìm ấy đều đã được ban cho chúng ta thông qua ân huệ của Đức Chúa Trời trong Đấng Christ. "Cảm tạ Đức Chúa Trời vì sự ban cho của Ngài không tả xiết!" (2 Cô 9:15). Giờ đây, bởi Thánh Linh, chúng ta được kêu gọi để sống trong ánh sáng cứu chuộc của mình.

Hành vi của chúng ta không phải lúc nào cũng phù hợp với nhân dạng mới của chúng ta trong Đấng Christ. Khi chúng ta thất bại, dù trầm trọng đến đâu, chúng ta cũng phải chống cự lại những lời dối gạt của ma quỷ rằng chúng ta không còn được Đức Chúa Trời chấp nhận nữa, rằng chúng ta quá yếu đuối không thể chống cự lại cám dỗ và phải đầu hàng. Ngược lại, chúng ta cần tìm đến với Lời Chúa và được khích lệ bởi những chân lý của Phúc âm. Chúng ta phải nhanh chóng tiếp tục nỗ lực sống cho Chúa khi chúng ta được nhắc nhở về ba thì của sự cứu chuộc: "Tôi đã được giải phóng khỏi *hình phạt* của tội lỗi bởi vì Đấng Christ đã chết thay cho tôi. Tôi đang được giải phóng khỏi *quyền lực* của tội lỗi bởi vì Thánh Linh Chúa hành động trong tôi. Và một ngày nào đó, khi Đấng Christ trở lại, tôi sẽ được giải phóng khỏi sự *hiện diện* của tội lỗi." Với niềm hy vọng đó, lúc nào chúng ta cũng có thể nói: "những đau khổ hiện tại không đáng so sánh với vinh quang tương lai sẽ được tỏ ra cho chúng ta" (Rô-ma 8:18).

2. Khổ đau là điều không tránh khỏi

Đời sống Cơ Đốc chứa đựng niềm vui thỏa lớn lao, nhưng Chúa Giê-xu cũng hứa rằng sẽ có những hoạn nạn. Bên cạnh sự diệu kỳ của việc "được biết Ngài, quyền năng phục sinh của Ngài", chúng ta cũng được kêu gọi để "được chia sẻ sự thương khó của Ngài" (Phil 3:10). Một số khổ đau liên quan đến quá trình môn đệ hóa của người tin Chúa thì phổ biến với tất cả chúng ta; những điều khác tùy thuộc vào hoàn cảnh và tính cách của chúng ta.

Đôi khi người ta tranh cãi rằng thật không hợp lý khi mong đợi Cơ đốc nhân có xu hướng đồng tính có vẻ khá rõ phải chối từ những đặc quyền của hôn nhân và sự gần gũi về tình dục và vì thế hội thánh cần công nhận những mối quan hệ đồng tính mà hai người có cam kết với nhau. Nhưng việc khó vâng theo Lời Chúa không có nghĩa là chúng ta được phép không vâng lời. Chẳng hạn như, chúng ta cảm thông với một ông chồng có vợ đang mắc một căn bệnh khiến không thể quan hệ chăn gối, nhưng chúng ta không khuyến khích ông ta đi với gái mại dâm hoặc ly dị hay tái hôn. Trong thế giới sa ngã này, có những người được kêu gọi để trung thành với Đấng Christ trong chính hoàn cảnh vô cùng khó khăn của mình.

Có thể chúng ta đúng khi cầu nguyện cho hoàn cảnh thay đổi, nhưng chúng ta phải nhận biết điều đó có thể không phải là ý muốn của Chúa. Chúng ta thường phải tranh chiến để hiểu được mục đích của Chúa, nhưng chúng ta có thể tin chắc rằng Ngài điều khiển và nắm quyền tể trị cách đầy yêu thương trong suốt cuộc đời chúng ta vì ích lợi của chúng ta. Gia-cơ viết trong lá thư của mình "hãy xem sự thử thách trăm chiều xảy đến cho anh em như là điều vui mừng trọn vẹn" (1:2). Ông không khích lệ một hình thức khổ hạnh Cơ Đốc. Chúng ta không cần phải vui mừng vì chính sự đau khổ, nhưng đúng hơn, chúng ta vui mừng về cách Đức Chúa Trời dùng nó vì ích lợi của chúng ta: "...biết rằng sự thử thách đức tin anh em sinh ra kiên nhẫn. Nhưng sự kiên nhẫn phải phát huy hết hiệu lực của nó, để chính anh em được trưởng thành, hoàn hảo, không thiếu sót điều gì" (1:3–4).

William Still, một Mục sư người Scotland khôn ngoan và vĩ đại, đã khích lệ những ai kinh nghiệm sự thu hút đồng giới hãy trao nó cho Đấng Christ "với hy vọng nhìn xem cách Ngài sẽ biến những ham muốn ấy, nếu thuộc dạng khó chữa, thành điều Ngài có thể sử dụng. Khi đó, nó có thể trở nên tốt đẹp không kém gì trái của những người được ban cho ơn kết hiệp cách tự nhiên." Đức Chúa Trời đã sử dụng những con người như vậy một cách hiệu quả, chẳng hạn như, "không chỉ trong lĩnh vực nghệ thuật, mà còn trong những mối quan hệ yêu thương, đặc biệt là trong việc làm bạn và giúp đỡ những linh hồn đang khốn cùng." Ông kết luận: "Một số người chỉ cần nghe người này người kia đang gặp phải vấn đề đó thôi là đã đưa tay đầu hàng trong hãi hùng. Nhưng nếu họ biết Đức Chúa Trời cảm thông với những người đang chịu đau khổ như thế nào, nếu họ biết Ngài sẵn sàng sử dụng điều đó khi nó được dâng cho Ngài, thì có lẽ họ sẽ bị sốc bởi đã tự cho mình là tốt lành."[12]

3. Sự thay đổi là khả thi

Mặc dù Đức Chúa Trời không hứa cất đi những tranh chiến của chúng ta, nhưng chắc chắn nhiều người đã làm chứng cho việc Đức Chúa Trời hoặc đã cất bỏ hoàn toàn những cảm xúc đồng tính của họ hoặc đã giúp chúng giảm đi một cách đáng kể. Nhiều người kinh nghiệm cảm xúc như vậy trong một khoảng thời gian ngắn khi họ còn trẻ nhưng sau đó lại thấy chúng không còn nữa. Vì lý do đó, những người

---

12. Searle, D. (Ed.), *Truth and Love in a Sexually Disordered World* (Paternoster, Milton Keynes, 1997), tr.51.

trẻ không nên bị xúi giục "thể hiện ra" hay thậm chí nghĩ mình là người đồng tính trước khi trưởng thành.

Tiếp tục bị thu hút bởi người đồng giới khi bước vào tuổitrưởng thành có thể không đơn giản biến mất theo thời gian như cách nó vẫn thường xảy ra đối với thiếu niên. Tuy nhiên, dù một số người nhận thấy có ít hoặc không có sự thay đổi nào trong xu hướng tình dục của mình, nhưng cũng có những người thấy rằng cảm xúc đồng tính của họ đã giảm bớt hoặc thậm chí biến mất, thường là sau khi dốc lòng cầu nguyện và được giúp đỡ, và những cảm xúc với người khác giới của họ tăng lên, để rồi họ sẵn sàng cho mối quan hệ tình cảm với người khác giới.[13]

Phương pháp của tiến sĩ Elizabeth Moberly có sức ảnh hưởng trong những năm gần đây. [14]Bà khuyến khích phương pháp kép là cầu nguyện và phát triển những mối quan hệ gần gũi nhưng không phải là quan hệ tình ái với những người cùng giới tính. Khi đó, những mối quan hệ này có thể mang đến hiệu quả là thay đổi những sự kìm hãm mà bà tin rằng bắt nguồn từ những nhu cầu không được đáp ứng thuở ấu thơ ấy là được người cùng giới tính yêu thương, và thúc đẩy sự phát triển của những khao khát với

---

13. Có một số mục vụ Cơ Đốc tìm cách giúp đỡ những người muốn xử lý những tình cảm đồng tính không mong muốn, trong đó có mục vụ Exodus International (www. Exodus-international.org); True Freedom Trust ở Anh (www.truefreedomtrust.co.uk) và Liberty Christian Ministries Inc. ở Úc (www.libertychristianministries.org.au).

14. Moberly, E., *Homosexuality: A New Christian Ethic* (Clarke, Cambridge, 1983).

người khác giới. Một người nam được hỗ trợ bởi phương pháp này đã viết về ảnh hưởng biến đổi của một tình bạn mà anh kinh nghiệm với "một người nam lớn tuổi hơn, là người đã làm tôi hoàn toàn xóa đi nỗi sợ hãi về hình tượng người cha." Qua thời gian, anh viết tiếp: "Tôi thấy mình cứ vững tiến trở nên một người bình thường chứ không còn là người đồng tính nữa, và điều đó vẫn tiếp tục cho đến hiện tại" mặc dù anh công nhận là "đôi khi tôi vẫn có những yếu đuối."[15]

Cơ Đốc nhân cần phải vừa thực tế vừa lạc quan về khả năng thay đổi. Chúng ta phải nhớ rằng Kinh Thánh không hứa cất đi những cám dỗ và tranh chiến của chúng ta trong thế giới sa ngã này. Có thể chúng ta sẽ phải chiến đấu với cùng một cuộc chiến trong suốt cuộc đời mình. Đức Chúa Trời có quyền năng thay đổi xu hướng tình dục của chúng ta, nhưng có thể Ngài sẽ không làm điều đó. Thế nhưng, ngay cả khi Ngài không mang đến sự thay đổi đó, chúng ta vẫn có thể tin chắc rằng, nếu chúng ta trông đợi Ngài, thì Thánh Linh Ngài sẽ ban cho chúng ta năng lực để chống lại cám dỗ và lớn lên trong sự tin kính. Đức Chúa Trời đang hành động trong tất cả mọi lĩnh vực của đời sống chúng ta, thay đổi chúng ta trở nên người Ngài muốn: "Tất cả chúng ta đều để mặt trần chiêm ngưỡng vinh quang Chúa, được biến đổi trở nên giống như hình ảnh Ngài, từ vinh quang

---

15. Pierson, L., *No-Gay Areas?* 3rd Ed (Grove Books, Cambridge, 1997), tr. 19.

đến vinh quang; vì điều nầy đến từ Chúa là Thánh Linh" (2 Cô 3:18).

4. Tình bạn là tối cần

Những trận chiến của chúng ta trong nếp sống Cơ Đốc chắc chắn sẽ khó khăn hơn nếu chúng ta tìm cách chiến đấu một mình. Ai trong chúng ta cũng khao khát sự gần gũi thân thiết: biết và được người khác biết đến, yêu và được yêu. Nếu không có những người bạn thân trong Chúa, là những người hiểu và chấp nhận chúng ta, thì chúng ta sẽ thấy khó chống cự lại cám dỗ thỏa mãn những ham muốn về sự gần gũi theo những cách thức tội lỗi và có tiềm năng phá hủy cuộc đời chúng ta. David Field đã viết: "Nếu bạn là một Cơ Đốc nhân có xu hướng đồng tính, có lẽ bạn đã kinh nghiệm nỗi cô đơn của sự khao khát mối quan hệ. Có thể bạn rất hiểu khi thấy chính mình xu hướng về những cảnh đồng tính, không phải vì bạn chỉ muốn được thỏa mãn tình dục đơn thuần, nhưng bởi vì bạn cần có những người bạn không ngượng ngùng quay gót khi bạn tự do nói về những nỗi khao khát và quan tâm thầm kín nhất của mình. Có lẽ bạn đã đến chỗ chia một tuần ra làm hai, lúc thì cho các hoạt động của người Cơ Đốc, khi thì cho các câu lạc bộ đồng tính với hy vọng xen lẫn mặc cảm tội lỗi rằng hai thế giới đó sẽ không bao giờ gặp nhau. Đây là một "giải pháp" phân trí không bao giờ mang đến sự thỏa mãn về lâu về dài."[16]

---

16. Field, D., *Homosexuality: What Does the Bible Say?* Rev, Ed. (UCCF, Leicester, 1998), tr. 36.

Xã hội chúng ta đang sống, và thường thì hội thánh của chúng ta cũng vậy, có thể tạo nên ấn tượng rằng sự thân mật thật sự chỉ có thể được tìm thấy trong quan hệ tình dục, rằng những người độc thân luôn đi liền với cô đơn. Nhưng xem sự thân mật phải đi liền với tình dục là không đúng. Kinh Thánh mô tả mối quan hệ yêu thương sâu đậm giữa Đa-vít và Giô-na-than (1 Sa 20:17, 41, 2 Sa 1:26) và nói về Giăng là "môn đồ được Chúa Giê-xu yêu" (Giăng 13:23; 19:26–27; 21:20). Bất chấp những lời tuyên bố ngược lại, không có một dấu hiệu nào cho thấy hai mối quan hệ ấy có yếu tố tình dục.

Nếu bạn chưa bao giờ chia sẻ những tranh chiến đồng tính của mình với một Cơ Đốc nhân khác, thì bạn đang thiếu sự trợ giúp cần thiết. Hãy cầu xin Đức Chúa Trời ban cho bạn năng lực để xây dựng một vài mối quan hệ sâu sắc mà qua đó bạn có thể mở lòng với người khác và có được một nguồn khích lệ hỗ tương trong những thách thức mà bạn đều phải đối diện khi theo Chúa.

Tình bạn thân thiết với người cùng giới thường là đề tài để mọi người suy đoán trong xã hội bị ám ảnh bởi tình dục. Bạn cần phải thành thật và khôn ngoan, đặc biệt là khi những cảm xúc về tình dục bị khuấy động, nhưng bạn không cần phải đề phòng trong việc phát triển những mối quan hệ tình bạn sâu sắc chỉ vì sợ những gì người khác nghĩ về nó. Đây là một khía cạnh mà hội thánh cần phải thách thức những thái độ vô bổ của thế gian. "Những người bàng quan Cơ Đốc cần chống lại lối suy nghĩ: tình bạn=đồng tính luyến ái =hoạt động tình dục đồng giới. Chúng ta sẽ giúp ích cho người khác rất nhiều khi nghĩ đến những điều tốt đẹp nhất và để cho tình bạn nảy nở."[17]

Thách thức cho hội thánh

1. Bỏ đi những định kiến

Cơ Đốc nhân làm đúng khi phản đối chuyện những người nói rằng tình dục đồng tính là sai bị liệt vào hàng "những người kỳ thị người đồng tính". Nhiều Cơ Đốc nhân tin rằng Kinh Thánh cấm lối sống đồng tính luyến ái nhưng họ vẫn là người ở bên khích lệ và hỗ trợ những người có cảm xúc đồng tính. Tuy nhiên, chúng ta cần nhận ra rằng thái độ kỳ thị người đồng tính luyến ái thật sự tồn tại trong hội thánh của chúng ta. Những câu nói và cách chúng ta đưa ra những nhận xét trước người khác đôi khi thể hiện sự khinh ghét, không chỉ với tội đồng tính luyến ái, nhưng còn với cả những người đồng tính luyến ái. Những lời của Lance Pierson thách thức tất cả chúng ta tra xét thái độ của mình và nghĩ đến những ấn tượng mà lời nói và hành động của chúng ta có thể tạo ra. Ông viết: "Sự kỳ thị người đồng tính luyến ái lan truyền còn nhanh hơn nhiều so với đồng tính luyến ái. Người ta không xem đây là tình trạng bệnh lý, bởi vậy đa phần người ta không chịu chữa hoặc không thừa nhận. Tuy nhiên, những người có cảm xúc với người đồng giới phát hiện ra nó ngay lập tức. Nó làm cho họ tổn thương, nó in trí trong họ rằng họ không được yêu, không thể được

---

17. Pierson, L., *No-Gay Areas?* 3rd. Ed. (Grove Books, Cambridge, 1997), tr. 24.

tha thứ và không được đón tiếp. Chúng ta đuổi họ ra khỏi hội thánh của mình, đặc biệt là trong các hội thánh Tin lành thuần túy, nơi họ cho rằng họ sẽ bị lên án. Chúng ta làm cho cách họ nhìn Đức Chúa Trời bị méo mó bằng cách ngầm nói rằng Ngài cũng ghét những người đồng tính luyến ái y như chúng ta vậy. Những lời bình phẩm thoáng qua và cách nói vơ đũa cả nắm của chúng ta nhằm ủng hộ "một hàng rào chống lại người đồng tính" đã đẩy nhiều người đang âm thầm chịu đựng vào chỗ đau đớn trong nỗi cô đơn một mình."[18]

2. Đừng thỏa hiệp chân lý

Tình yêu đòi hỏi sự hiểu biết và đáp ứng với lòng thương xót đối với những ai đang bị thu hút bởi người đồng giới, nhưng đó không phải là lời biện minh cho một sự thỏa hiệp tiêu chuẩn Cơ Đốc về đạo đức tình dục. Sự dạy dỗ rõ ràng của Kinh Thánh, như cách các Cơ Đốc nhân suốt 2000 năm qua hiểu, ngăn cấm hành vi đồng tính luyến ái. Chúng ta thường nghe tiếng nói của những Cơ Đốc nhân đồng tính tranh luận ủng hộ cách hiểu Kinh Thánh của người theo chủ nghĩa xét lại và sự tự do mở rộng lời dạy dỗ về đạo đức của Kinh Thánh. Nhưng chúng ta không nên quên rằng có nhiều tín hữu, đa phần là âm thầm, cũng có cảm xúc đồng tính nhưng, vì vâng phục Chúa và Lời Ngài, không tin rằng tham dự vào hành vi tình dục đồng tính là đúng. Tranh chiến để sống cuộc đời thánh khiết của họ bị làm cho suy yếu rất

18. Pierson, L., *No-Gay Areas?* 3rd. Ed. (Grove Books, Cambridge, 1997), tr. 7–8.

nhiều bởi những người cổ súy hoặc chấp nhận hạ thấp tiêu chuẩn của Kinh Thánh trong lĩnh vực này.

Một Cơ Đốc nhân từng quan hệ đồng tính bừa bãi trước khi tin Chúa đã viết: "Nhiều người trong chúng ta đau đớn và tổn thương sâu xa khi chứng kiến hình ảnh lạ thường đó là nhiều lãnh đạo thuộc linh bị chỉ trích vì cho phép bầy hoặc hướng dẫn bầy của Đức Chúa Trời theo đuổi lối sống tình dục đồng giới... Lời khuyên cuối cùng mà những người đồng tính đã được cứu chuộc phải lắng nghe trong những trận chiến thường nhật của mình là, trong một số tình huống cụ thể, những việc làm "theo bản năng" với chúng ta lại là những việc chúng ta được phép làm!... Trong lĩnh vực nhạy cảm này có một mối hiểm họa thật sự đó là "những đứa nhỏ" tin nơi Đấng Christ có thể bị vấp phạm."[19]

3. Sống trong tư cách gia đình của Đức Chúa Trời

Chúng ta đã đúng khi quả quyết Kinh Thánh cấm tình dục đồng giới, nhưng chúng ta không thể làm điều đó nếu không cùng lúc đảm bảo rằng chúng ta nỗ lực hết sức để mang đến sự trợ giúp cần thiết hầu cho những người kinh nghiệm cảm xúc yêu thương đồng tính có đủ năng lực để sống đời tin kính. Những nhà tư vấn được đào tạo bài bản và những mục vụ chuyên trách có chỗ đứng quan trọng của mình nhưng, trên hết, hội thánh có thể góp phần chỉ bằng cách sống đúng với sự kêu gọi của mình: gia đình của Đức Chúa Trời, nơi các anh chị em cùng nhau trưởng thành trong Đấng Christ.

---

19. Searle, D. (ed.), *Truth and Love in a Sexually Disorder World* (Paternoster, Milton Keynes, 1997), tr. 55–56.

John Stott đã viết "tâm điểm của tình trạng đồng tính là sự cô đơn sâu xa, là nỗi đói khát tình yêu thương hỗ tương tự nhiên của con người, là cuộc tìm kiếm để biết mình là ai và một khao khát được đầy trọn. Nếu những người đồng tính không thể tìm được những thứ đó trong gia đình hội thánh địa phương, thì chúng ta không có quyền tiếp tục sử dụng thuật ngữ này nữa."[20]

Những người sống độc thân có thể cảm thấy như thể họ bị ra rìa trong đời sống hội thánh. Một người bạn của tôi có lần đi nhóm ở một hội thánh mà tên gọi cho ban thanh niên của họ là "Ban của những người có đôi có cặp và những người còn tồn kho" (Pairs and spares). Chúng ta nên tránh đặt tên ban ngành của mình theo kiểu kỳ quặc ấy, nhưng nhiều hội thánh lại tạo ấn tượng cho những người độc thân thấy quả thật họ là "hàng tồn kho", "hàng ế", "hàng xuất dư", tức những người không thật sự thuộc về hội thánh hoặc ban ngành ấy. Chúng ta cần làm tất cả những gì có thể để xây dựng những mối quan hệ quan tâm, trìu mến dành cho tất cả những đối tượng trong hội thánh: trẻ và già, độc thân và có gia đình, người từ những bối cảnh gia đình khác nhau và với những tính cách khác nhau. Trong một hội thánh như thế, những người tranh chiến với cám dỗ đồng tính luyến ái, hoặc bất cứ cám dỗ tình dục nào khác, đều tìm thấy một sự đầy trọn về tình cảm, là điều sẽ giúp giảm đi đáng kể thèm khát tình dục của họ. Họ sẽ kinh nghiệm, chí ít cũng một

---

20. Stott, J., *Issues Facing Christians Today*, 4th Ed. (Zondervan, Grand Rapids, 2006), tr. 476.

phần, sự phản chiếu tình yêu và sự chấp nhận mà Đức Chúa Trời đã tuôn đổ cách dư dật trên họ trong Đấng Christ.

Chương 8

GIỮ TÂM LINH TƯƠI MỚI

³⁶Một người Pha-ri-si mời Đức Chúa Jêsus dùng bữa với mình.Ngài vào nhà người Pha-ri-si ấy và ngồi vào bàn. ³⁷Có một người đàn bà tội lỗi ở thành đó nghe nói Ngài đang ngồi ăn tại nhà người Pha-ri-si, nên đem đến một bình bằng ngọc đựng đầy dầu thơm. ³⁸Nàng đứng đằng sau,nơi chân Đức Chúa Jêsus mà khóc, nước mắt thấm ướt cả chân Ngài; rồi nàng lấy tóc mình lau, hôn chân Ngài, và xức dầu thơm lên. ³⁹Người Pha-ri-si đã mời Ngài, thấy vậy, thầm nghĩ: "Nếu người nầy thật là nhà tiên tri, chắc đã biết người đàn bà chạm đến mình đó là ai,thuộc hạng người nào, vì nàng là kẻ tội lỗi." ⁴⁰Đức Chúa Jêsus phán với ông: "Hỡi Si-môn, Ta có vài lời nói với ngươi." Ông thưa: "Xin Thầy cứ nói." ⁴¹Ngài phán: "Một chủ nợ có hai con nợ: Một người nợ năm trăm đơ-ni-ê, người kia nợ năm chục. ⁴²Vì hai người đều không có gì để trả, nên chủ nợ tha cho cả hai. Vậy, trong hai người đó, ai thương chủ nợ hơn?" ⁴³Si-môn thưa: "Tôi nghĩ là người mà chủ đã tha nhiều nợ hơn."Đức Chúa Jêsus phán: "Ngươi nhận xét đúng lắm." ⁴⁴Ngài quay lại phía người đàn bà và phán với Si-môn: "Ngươi thấy người đàn bà nầy không? Ta vào nhà của ngươi, ngươi không cho nước rửa chân; nhưng chị ấy đã lấy nước mắt thấm ướt chân Ta, rồi lấy tóc mình mà lau. ⁴⁵Ngươi không hôn Ta, nhưng từ khi Ta vào nhà của ngươi, chị ấy luôn hôn chân Ta. ⁴⁶Ngươi không xức

dầu cho đầu Ta, nhưng chị ấy lấy dầu thơm xức chân Ta. [47]Vì thế, Ta bảo ngươi, tội lỗi của người đàn bà nầy nhiều lắm, nhưng đã được tha hết, nên chị ấy yêu mến nhiều; còn người được tha ít thì yêu mến ít." [48]Rồi Ngài phán với người đàn bà: "Tội lỗi con đã được tha." [49]Các người ngồi cùng bàn với Ngài nói với nhau: "Người nầy là ai mà có quyền tha tội?" [50]Nhưng Ngài phán với người đàn bà: "Đức tin của con đã cứu con; hãy đi bình an."

Lu-ca 7:36–50

Sự dâng hiến hoang phí

Đó là một ngày trọng đại đối với Si-môn. Ông đã thuyết phục được thầy Giê-xu đến dùng bữa với các bạn của ông. Thầy Giê-xu là một diễn giả và một người chữa bệnh khá có tiếng, nên việc được thầy đồng ý là việc trọng đại. Các đầu bếp đã chuẩn bị nấu nướng hàng giờ để thết đãi những món ăn Pa-lét-tin ngon nhất và danh sách khách mời toàn là những người tai to mặt lớn trong giới lãnh đạo tôn giáo tại Giê-ru-sa-lem, các thầy rabbi hàng đầu cũng được mời dự. Mọi thứ đều diễn ra suôn sẻ. Khách mời ai cũng say mê thầy Giê-xu, Ngài là một người rất tuyệt khi giao thiệp. Và mọi người đều khen thức ăn ngon, rượu ngon. Nhưng sau đó không khí thoải mái bị phá vỡ bởi tiếng náo loạn ngoài hành lang. Một người phụ nữ xốc xếch đang từ cửa chạy vào, ngay phía sau cô là những người đầy tớ cố chặn cô lại. Rõ ràng cô là vị khách không mời mà đến. Không một người Pha-ri-si có lòng tự trọng nào từng bị nhìn thấy nói chuyện với một người như thế. Cô nổi tiếng khắp thị trấn là người "đàn bà tội lỗi", có thể cô là một gái điếm.

Si-môn hết sức tức giận. Làm sao cô ta dám vào khi không được mời cơ chứ! Buổi tối đã bị phá hỏng! Và ông sợ hãi khi cô ta đi thẳng về phía thầy Giê-xu, vị khách danh dự, và bắt đầu khóc. Nước mắt cô ta rơi trên chân Ngài và cô ta lấy tóc mình mà lau chân Ngài trước khi đổ đầy nước hoa đắt tiền lên đôi chân ấy. Những bạn hữu của Si-môn bắt đầu rì rầm trong lo lắng. Trước giờ họ chưa từng thấy người nào làm điều đó tại một buổi tiệc cả, đó là điều đáng xấu hổ nhất. Nhưng không ai nghi ngờ về tình cảm ẩn chứa phía sau hành động của cô ta. Rõ ràng cô yêu vị thầy này rất nhiều.

Người nữ này đã trở thành một gương mẫu cho những người theo Chúa Giê-xu kể từ đó. Chính cô, một vị khách không mời mà đến, chứ không phải Si-môn, người Pha-ri-si mộ đạo, mới chính là người hiểu Cơ Đốc giáo thật sự là gì. Si-môn đã đón tiếp thầy Giê-xu với một sự trang trọng lạnh lùng khi Ngài đến nhà ông, nhưng ngược lại, cô đã rời rộng trong sự tận hiến cho Ngài.

"Anh có yêu Chúa Giê-xu không?"

Ngày nọ, một người bạn cao tuổi trong hội thánh đã gọi điện cho tôi. Bà nói: "Chào buổi sáng, Vaughan. Tôi chỉ muốn nói với ai đó về Chúa Giê-xu. Anh có yêu Chúa Giê-xu không?" Tôi đáp lại: "Có chứ, tôi yêu Ngài,nhưng không yêu nhiều như lẽ ra tôi phải yêu." Bà cũng nói bằng giọng nhấn nhá từng chữ "Tôi yêu Chúa Giê-xu". Bà thật sự rất yêu Chúa. Dù cuộc đời bà nhiều chông gai lắm, nhưng cách hành xử của bà, ngay cả khuôn mặt bà, luôn tỏa ra tình yêu thương dành cho Ngài. Tấm gương của bà vừa là một nguồn cảm hứng vừa là một thách thức đối với tôi.

Ngôn ngữ của sự mến mộ là điều phổ biến đối với các thế hệ Cơ Đốc nhân trước kia. Một người nam vĩ đại của Đức Chúa Trời đôi khi bắt đầu cầu nguyện bằng cách nói: "Lạy Chúa Giê-xu, chúng con đến với Ngài như những người rất đỗi yêu thương của Ngài."[1] Ngày nay rất hiếm người trong chúng ta cầu nguyện như thế. Chúng ta nghĩ về đời sống Cơ Đốc như một cuộc đua hay một trận chiến hơn là một mối quan hệ yêu đương, mặc dù Tân Ước sử dụng tất cả những thuật ngữ này. Chúng ta có khuynh hướng nói về việc "phục vụ Phúc âm", "biết chân lý" và "yêu mến Lời Chúa". Nhưng, trên hết, đời sống Cơ Đốc liên quan đến Đấng Christ: được Ngài phục vụ, biết đến và yêu thương rồi, để đáp lại, chúng ta phục vụ, biết và yêu mến Ngài.

Gần đây, tôi thấy mình hèn mọn, bé nhỏ khi tôi được mời giảng cho một hội nghị về đề tài đời sống thuộc linh. Tôi là ai mà giảng chủ đề đó chứ? Duy trì một mối liên hệ gần gũi với Chúa luôn là sự tranh chiến đối với tôi và ngay lúc đó tôi cảm thấy đặc biệt khô hạn, nhưng tôi đã đồng ý giảng với hy vọng rằng nó sẽ mang đến ích lợi cho chính tôi. Tôi chia sẻ với một số bạn hữu khi tôi bắt đầu chuẩn bị bài

---

1. J. Eddison, *Bash: A Study in Spiritual Power* (Basingstoke, UK: Marshalls, 1982), tr. 42.

giảng. Tất cả những người ấy đều nói rằng giữ được đời sống thuộc linh tươi mới là một trong những cuộc chiến lớn nhất trong đời sống người theo Chúa, nhưng họ được dạy rất ít về chủ đề này. Tôi nhận ra một điều rõ ràng là tôi cần phải đưa một chương về chủ đề này vào cuốn sách này, là cuốn sách mà tôi đang viết vào thời điểm ấy. Những gì bên dưới là chất liệu cho bài giảng mà tôi đã giảng trong hội nghị ấy.

Kinh nghiệm chuẩn bị và giảng luận về chủ đề này là một sự khích lệ cá nhân vô cùng cần thiết để giúp tôi trưởng thành trong kỷ luật thuộc linh và sự tận hiến. Tôi ước tôi có thể nói rằng tôi luôn duy trì được sự tiến bộ khi đó nhưng, như thường lệ, kinh nghiệm của tôi cũng có lúc lên lúc xuống. Khi viết những trang sách này, tôi đã làm mới lại cam kết không ngừng nỗ lực và cầu nguyện để tôi có thể yêu mến Chúa sâu sắc hơn và bước gần gũi với Ngài hơn. Tôi hy vọng việc đọc những trang sách này sẽ đem lại những tác động tương tự trên bạn.

Chương này xem xét sáu thành tố cho một đời sống thuộc linh lành mạnh:

1. Luôn mở Kinh Thánh

2. Nhẫn tâm với tội lỗi

3. Nghĩ nhiều về Chúa Giê-xu

4. Thường xuyên cầu nguyện

5. Tiếp thu những gì tốt nhất từ Cơ Đốc nhân khác

6. Duy trì giờ tĩnh nguyện đều đặn

1. Luôn mở Kinh Thánh

"Thật như một người bạn bằng xương bằng thịt"

Người bạn của tôi nhón chân lên với lấy một quyển sách lịch sử từ cái kệ cao trong thư viện. Khi lôi quyển sách ra, một mảnh giấy rơi xuống đất. Tò mò, anh nhặt mảnh giấy lên để xem trên đó viết gì và đọc được những dòng chữ sau: "Chúa Giê-xu Christ có thể thực hữu đối với bạn không khác gì một người bạn bằng xương bằng thịt." Điều đó hoàn toàn đúng. Mặc dù Chúa Giê-xu Christ đã sống và đã chết từ cách đây 2000 năm, nhưng Ngài đã sống lại từ cõi chết và ngày nay chúng ta có thể biết Ngài. Thông qua Thánh Linh, Ngài kêu gọi mỗi một người đến với Ngài bằng những lời sau: "Chiên Ta nghe tiếng Ta, Ta biết chúng và chúng theo Ta" (Giăng 10:27).

Trước sinh nhật 18 tuổi không lâu, tôi bắt đầu đọc Kinh Thánh một cách nghiêm túc cho chính mình lần đầu tiên trong đời. Tôi bắt đầu với Phúc âm Ma-thi-ơ. Trước sự ngạc nhiên của tôi, tôi đã bị thu hút bởi những gì tôi đọc theo cách mà trước đây tôi chưa từng kinh nghiệm. Tôi sớm nhận thức cách mạnh mẽ rằng không phải tôi đang đọc những lời cũ rích về những mối quan tâm thuần duy lý, nhưng là những lời hằng sống về chân lý sâu nhiệm. Tôi biết rằng Đấng Christ thực hữu, rằng Ngài là Đức Chúa Trời. Tôi có một nhận thức sâu sắc rằng tôi phải theo Ngài và cuộc đời tôi sẽ không bao giờ như trước nữa. Cứ như thể Ngài bước ra khỏi những trang giấy và bước vào cuộc đời tôi. Những lời tuyệt diệu của Charles Wesley rất đúng đối với tôi: "Ngài phán, và khi lắng nghe tiếng Ngài, những kẻ chết đón nhận sự sống mới."[2]

> Jêsus khuyên tôi lời rất thiết tha
>
> "Hỡi con khá kíp lại đây
>
> Đầu con mau nghiêng vào dưới cánh ta,
>
> Ắt con được nghỉ yên rày."[3]

Tất cả các Cơ Đốc nhân đều có thể chứng thực kinh nghiệm đó trong đời sống họ. Có thể bạn không đọc Kinh Thánh như tôi, nhưng vào một lúc nào đó, chân lý trong Kinh Thánh được giải thích cho bạn và Thánh Linh đã giúp bạn tin lời ấy và tin cậy Đấng Christ. Có thể điều đó đã diễn ra cách đây nhiều năm rồi, vì bạn sinh trưởng trong một gia đình Cơ Đốc hoặc tham dự lớp Trường Chúa nhật, hay có lẽ khi bạn lớn lên. Đó có thể là một kinh nghiệm đầy kịch tính hay một sự kiện diễn ra rất nhanh chóng hoặc cũng có thể là một quá trình từ từ suốt một quãng thời gian. Lời chứng của mỗi người mỗi khác, nhưng có một sợi chỉ chung xuyên suốt trong mỗi người: Đức Chúa Trời kêu gọi mọi người đến với Đấng Christ bởi Thánh Linh Ngài thông qua Lời Ngài.

"Khao khát sữa thiêng liêng thuần khiết của đạo"

Sau khi đã nhắc nhở chính mình rằng chúng ta đều được tái sinh "bởi hạt giống không hề hư hoại, đó là lời hằng sống và

---

2. Charles Wesley, "O for a Thousand Tongues to Sing."

3. Horatius Bonar, "I heard the Voice of Jesus Say."

bền vững của Đức Chúa Trời" (1 Phi 1:23), Phi-e-rơ thúc giục chúng ta tiếp tục đói khát lời ấy: "Anh em hãy khao khát sữa thiêng liêng thuần khiết như trẻ sơ sinh, để nhờ đó anh em được lớn lên trong sự cứu rỗi, nếu anh em đã nếm biết Chúa là ngọt ngào" (1 Phi 2:2–3). Chúng ta cần Lời Chúa – không chỉ để trước nhất kéo chúng ta đến gần Đấng Christ, mà còn để giúp chúng ta lớn lên trong sự hiểu biết và lòng yêu mến Ngài.

Một trong những thay đổi đáng lưu ý nhất trong cuộc đời tôi sau khi tôi tin Chúa là thái độ của tôi đối với Kinh Thánh. Trước đây tôi nghĩ Kinh Thánh là quyển sách chán ngắt và buồn tẻ từ thế giới xưa lắc xưa lơ. Kinh Thánh chẳng mấy ý nghĩa đối với tôi và dường như chẳng liên hệ trực tiếp gì đến cuộc đời tôi. Nhưng, sau khi quay trở lại với Đấng Christ, tôi khám phá ra chân lý về những điều Kinh Thánh tự bày tỏ: "Vì lời của Đức Chúa Trời là lời sống động và linh nghiệm, sắc hơn gươm hai lưỡi, xuyên thấu đến nỗi phân chia hồn với linh, khớp với tủy, phán đoán các tư tưởng và ý định trong lòng" (Hêb 4:12). Đức Chúa Trời đã ban cho tôi sự ham thích lời Ngài. Những buổi nhóm họp tại trường, dù Kinh Thánh được nhắc đến không nhiều, đã trở thành điểm sáng trong tuần của tôi. Tôi chăm chú lắng nghe. Mặc dù đã hơn hai mươi năm qua, nhưng tôi vẫn nhớ một số bài giảng đó như thể chúng mới diễn ra ngày hôm qua. Tôi bắt đầu tham dự nhóm học Kinh Thánh, mặc dù tôi bận ôn bài cho một số cuộc thi quan trọng. Tôi học sách Rô-ma, là sách khá "khó nuốt" đối với người mới tin Chúa, nhưng cũng là sách hết sức lý thú. Tôi cũng bắt đầu cố gắng dành thời gian để đọc Kinh Thánh cá nhân với sự trợ giúp của một vài sách chú giải mà một thầy truyền đạo đã giới thiệu. Phân đoạn cho ngày đầu tiên là Ê-xê-chi-ên 34, một phần của Cựu Ước mà trước đây tôi chưa bao giờ nghe đến, chứ đừng nói đến đọc, nhưng tôi thấy rằng Chúa Giê-xu cũng hiện diện ở đó nữa, y như Ngài đã hiện diện trong sách Phúc âm Ma-thi-ơ trong Tân Ước. Chương sách tuyệt vời ấy, cùng với lời hứa về một "đấng chăn hiền lành" sẽ đến, vẫn là một trong những phân đoạn Kinh Thánh tôi yêu thích nhất.

Tôi ước tôi có thể nói rằng "nỗi thèm khát" "sữa thiêng liêng thuần khiết của đạo", tức Lời Chúa, vốn ghi dấu những ngày mới bước đi theo Chúa vẫn luôn là kinh nghiệm bất biến của tôi kể từ đó trở đi. Nhưng có những giai đoạn tôi ít hoặc không cảm thấy ham thích đọc Kinh Thánh và đã đọc Kinh Thánh một cách không thường xuyên. Không hề ngẫu nhiên khi những lúc như vậy cũng là những lúc tôi cảm thấy mình xa Chúa nhất.

Một chế độ dinh dưỡng thuộc linh lành mạnh

Chúng ta ngày càng quan tâm đến chế độ ăn uống thể chất của mình, để đảm bảo rằng chúng ta có đủ vitamin cần thiết và năm khẩu phần trái cây và rau mỗi ngày. Chúng ta có thể hiện sự quan tâm tương tự đối với chế độ dinh dưỡng thuộc linh không? Chúng ta có tiếp nhận Kinh Thánh đủ không? Chúng ta cần làm tất cả những gì có thể để gia nhập một hội thánh nơi Kinh Thánh được dạy dỗ cách trung tín và chúng ta cần cam kết tham dự thường xuyên nhất có thể. Chúng ta cũng cần phải tận dụng triệt để những cơ hội khác để học Kinh Thánh, dù là tự học hay học theo nhóm.

Dù thách thức đối với một số độc giả của chương này là làm thế nào để gia tăng việc thu nạp Kinh Thánh, nhưng với người khác thì trận chiến lại nằm ở chỗ khác. Một số người trong chúng ta nghe khá nhiều bài giảng, tham dự nhiều nhóm nhỏ và dành nhiều thời gian cho việc đọc Kinh Thánh cá nhân, nhưng điều đó thường chẳng khác gì một trách nhiệm chứ không phải là niềm vui và chúng ta dường như chẳng nhận được ích lợi thuộc linh bao nhiêu. Chúng ta có thể làm gì để chống lại sự khô hạn đó và đem lại sức sống cho việc học Lời Chúa của mình? Dưới đây là một số gợi ý hữu ích đối với tôi.

Luôn cầu nguyện trước

Nếu không có sự trợ giúp của Chúa thì Kinh Thánh vẫn chỉ là một quyển sách khóa chặt, quyển sách tẻ nhạt mà thôi, bởi vậy tôi phải sử dụng chìa khóa là sự cầu nguyện và xin Đức Chúa Trời bởi Thánh Linh Ngài mở những kho báu ra và làm cho nó sống động. Mỗi khi tôi mở Kinh Thánh ra, dù là lúc một mình, ở nhà thờ hay học chung với người khác, tôi cần cầu nguyện như tác giả thi thiên: "Xin Chúa mở mắt con để con thấy sự diệu kỳ trong luật pháp của Chúa" (Thi 119:18). Có thể diễn giả ở nhà thờ và người lãnh đạo nhóm nhỏ của chúng ta không phải là người có kỹ năng giảng dạy tốt nhưng, thay vì phàn nàn, chê bai, chúng ta nên cầu nguyện: cả cho sự giảng dạy của họ và cho tinh thần tiếp nhận Lời Chúa của chúng ta. Đức Chúa Trời sẽ không để chúng ta đi về tay không nếu chúng ta đến với lời Ngài với sự đói khát bằng tinh thần cầu nguyện.

Luôn giữ chế độ ăn uống đa dạng

Thay vì bắt mình cứ phải nhai đi nhai lại những món ăn quen thuộc, chúng ta cần làm tất cả những gì mình có thể để làm phong phú cách chúng ta thu nạp Kinh Thánh. Đôi khi tôi thấy việc ghi chú một cách cẩn thận trong khi nghe giảng và khi đọc Kinh Thánh cá nhân giúp tôi tập trung và ghi nhớ những gì tôi học được. Sau một thời gian, có thể cảm thấy sách vở quá, nên tôi không viết nữa hoặc đơn giản chỉ ghi xuống vắn tắt một chân lý hoặc một thách thức đánh động lòng tôi. Có những giai đoạn tôi học thuộc một câu Kinh Thánh một tuần, có thể học chung với một người bạn. Đức Chúa Trời vẫn nhắc tôi nhớ đến những câu Kinh Thánh mà tôi đã học từ nhiều năm khi cần cáo trách hay khích lệ tôi. Nếu bạn đã từng đọc những phân đoạn Kinh Thánh ngắn, tại sao không thử khảo sát nhanh một phần dài hơn để có sự thay đổi? Có lẽ bạn cần phải đi sâu hơn một chút so với thường lệ, và nghiên cứu một sách giải nghĩa hay theo học một lớp hàm thụ chẳng hạn?[4] Hoặc có thể bạn muốn tạm ngừng nghiên cứu Kinh Thánh cách chi tiết và chỉ thích thú với những phân đoạn quen thuộc trong Thi Thiên hoặc các sách Phúc âm.

---

4. Hân hạnh giới thiệu The Open Bible Institute (incorporating the Moore College Correspondence Course). Muốn biết thêm chi tiết, vào trang www.open-bible-institute.org.

Nhớ rằng Kinh Thánh là một cuốn sách về mối liên hệ

Khi học Kinh Thánh, tôi phải nhớ rằng tôi không chỉ tiếp cận với một bản văn để giải nghĩa, mà còn là một Đấng để tôi gặp gỡ. Dĩ nhiên, tôi cần phải cẩn thận để hiểu bản văn một cách chính xác, quan tâm đến bối cảnh và áp dụng những nguyên tắc giải nghĩa Kinh Thánh căn bản khác, nhưng bấy nhiêu thôi thì chưa đủ. Chúng ta cần phải cảnh giác trước lời Chúa Giê-xu quở trách những lãnh đạo tôn giáo Do Thái: "Các ngươi tra cứu Kinh Thánh, vì nghĩ rằng trong đó có sự sống đời đời. Chính Kinh Thánh làm chứng về Ta, vậy mà các ngươi không muốn đến với Ta để được sự sống đời đời" (Giăng 5:39–40).

Trên hết, Kinh Thánh là một quyển sách về mối liên hệ. Chúng ta có thể xem Kinh Thánh như lá thư tình của Chúa Giê-xu. Bất cứ khi nào mở Kinh Thánh ra, chúng ta cần hỏi: "Chúa Giê-xu đang nói gì với tôi về chính Ngài trong phân đoạn Kinh Thánh này?"

Thực hành

Có thể cả người khôn và người dại đều nghe Lời Chúa, nhưng chỉ những ai "đưa lời ấy vào thực hành" thì mới được Chúa Giê-xu ví như "người ngoan cất nhà mình trên vầng đá." Những người khác, là người chỉ nghe thôi mà không làm theo, giống như người dại dột xây nhà mình trên cát và "bị sập, thiệt hại nặng nề" khi bão tố ập đến (Mat 7:24–27).

Chúa Giê-xu phán: "Nếu các con yêu mến Ta thì sẽ vâng giữ các điều răn Ta" (Giăng 14:15). Mối liên hệ với Chúa của chúng ta không thể cứ mãi chỉ là ánh sáng ấm áp trong lòng chúng ta, chúng ta phải thể hiện ra bằng sự vâng phục. Ngài dạy chúng ta qua Lời Ngài cách chúng ta phải sống để làm vui lòng Ngài. Nếu chúng ta làm ngơ và quên đi những gì Ngài phán, thì mối liên hệ của chúng ta với Chúa chắc chắn cứ mãi nguội lạnh. Chúng ta cần nỗ lực, không chỉ để hiểu Kinh Thánh, nhưng còn để làm theo nữa. Một nhóm trưởng nhóm học Kinh Thánh mà tôi từng tham dự luôn luôn kết thúc buổi học với một câu hỏi: "Có chân lý hoặc một thách thức nào bạn nhận được từ phân đoạn Kinh Thánh này mà bạn muốn xin Chúa giúp bạn áp dụng vào đời sống không?" Đó là câu hỏi hay mà chúng ta cần hỏi mình mỗi khi mở Kinh Thánh ra.

2. Nhẫn tâm với tội lỗi

Những mối nguy hại của việc không xưng tội

Như chúng ta thấy trong chương 3 nói về mặc cảm tội lỗi, Thi thiên 32 nói về sự diệu kỳ của việc kinh nghiệm ơn tha thứ của Đức Chúa Trời. Nhưng Đa-vít không phải lúc nào cũng vui hưởng kinh nghiệm ấy. Đã có lần, dù biết Chúa, ông vẫn chống cự Ngài và không chịu xưng nhận tội lỗi mình và cũng không ăn năn. Hậu quả là, ông cảm thấy vô cùng khổ sở.

Khi con nín lặng, các xương cốt con hao mòn

Và con rên xiết trọn ngày.

Vì ngày và đêm tay Chúa đè nặng trên con;

Sức con tiêu hao như bởi cơn hạn mùa hè

Thi Thiên 32:3–4

Mãi sau này ông mới nhận thức được và thú nhận trước mặt Chúa. Khi ấy, sự nhẹ nhàng vì được Chúa tha thứ đã một lần nữa tràn ngập trong lòng ông:

Con đã thú tội cùng Chúa,

Không giấu gian ác con;

Con nói: "Con sẽ xưng

các sự vi phạm con với Đức Giê-hô-va,

Và Chúa

tha tội cho con

Thi Thiên 32:5

Qua kinh nghiệm của mình, tất cả các Cơ Đốc nhân đều biết rằng không điều gì phá hủy mối liên hệ của chúng ta với Chúa Giê-xu khủng khiếp bằng việc không xưng nhận những vi phạm mình. Không phải vì tội lỗi đã làm thay đổi tình yêu của Ngài dành cho chúng ta. Ngày mai có thể chúng ta rơi vào tội lỗi kinh khiếp, nhưng Chúa vẫn yêu thương chúng ta không ít hơn một chút nào cả. Nếu chúng ta tin cậy Chúa Giê-xu, thì tình yêu của Đức Chúa Trời dành cho chúng ta hoàn toàn được đảm bảo. Qua việc chết thay chúng ta, Chúa Giê-xu đã trả xong món nợ của tất cả tội lỗi chúng ta: quá khứ, hiện tại và tương lai. Nhưng, dù tội lỗi không làm thay đổi tình yêu của Chúa dành cho chúng ta một chút nào, nhưng nó thật sự thay đổi việc chúng ta kinh nghiệm tình yêu ấy dành cho mình.

Tất cả bắt đầu bằng sự sa ngã vào vòng tội lỗi. Tôi đã nói với chính mình rằng tôi sẽ không bao giờ phạm tội đó, hoặc không bao giờ lặp lại lỗi lầm đó, nhưng rồi tôi lại vẫn làm. Sự tổn hại đối với sức khỏe thuộc linh của tôi có thể được giới hạn nếu tôi lập tức quay về với Chúa, xưng nhận những sai lầm của mình và xin Chúa giúp tôi chống lại sự cám dỗ trong tương lai. Nhưng ma quỷ làm tất cả những gì hắn có thể để ngăn không cho tôi làm điều đó: "Mày nghĩ rằng Đức Chúa Trời còn vui đón mày trở lại sau khi mày đã làm điều đó sao? Mày nên sống trong sự xấu hổ và đứng cách xa Ngài thay vì liều lĩnh đến gần Ngài." Một khi tôi bị lừa dối bởi mưu kế ấy, ma quỷ sẽ bày thêm mưu khác: "Sự ấm áp trong mối liên hệ giữa mày với Chúa Giê-xu không còn nữa. Mày đã làm Ngài buồn lòng, còn mày thì thật tồi tệ. Mày đã đạp đổ tất cả rồi, vì thế, bây giờ mày có làm thêm nữa thì cũng chẳng đem lại khác biệt gì đâu." Nếu tôi tin vào lời dối trá ấy, vi phạm lần thứ hai sớm trở thành vi phạm lần thứ ba, và rồi thứ tư. Điều đó làm cho tôi càng cảm thấy mặc cảm tội lỗi hơn và càng không sẵn sàng đến gần Chúa hơn. Một vòng luẩn quẩn bắt đầu và sự ấm áp khi xưa của mối liên hệ giữa tôi với Chúa sớm bị thay thế bằng sự nguội lạnh. Càng để tình trạng này tiếp tục, càng khó làm điều mà Đa-vít đã làm: rời khỏi chốn tối tăm và quay lại một cách có ý thức với ánh sáng trong hiện diện của Chúa, nói những lời mà chúng ta đều biết là rất khó nói "Con xin lỗi". Chỉ khi đó thì tôi mới có thể tắm mình trở lại trong sự diệu kỳ đầy mới mẻ của tình yêu và sự tha thứ của Chúa.

Nhược điểm thuộc linh chết người của bạn là gì?

Nếu tôi muốn vui hưởng trọn vẹn sự diệu kỳ trong mối liên hệ với Đức Chúa Trời mà Chúa Giê-xu đã đảm bảo cho tôi, thì tôi phải đối xử nhẫn tâm với tội lỗi. Điều đó có nghĩa là trước tiên phải làm tất cả những bước thực tiễn có thể để ngăn cản tôi sa vào tội lỗi. Chúng ta ai cũng đều yếu đuối theo nhiều cách khác nhau. Nhược điểm chết người cụ thể của bạn là gì? Bạn có thể nhận ra nó bằng cách đặt câu hỏi: "Nếu tôi là ma quỷ, tôi sẽ tấn công vào chính tôi ở điểm nào nhằm dẫn tôi vào vòng tội lỗi?" Có lẽ đây không phải là câu hỏi khó trả lời. Chúng ta biết cuộc chiến cám dỗ cam go nhất là ở đâu khi chúng ta mỏi mệt, cô đơn, chán nản hoặc đối diện với một thách thức thuộc linh nào đó. Nếu khôn ngoan, chúng ta sẽ đảm bảo cung cấp cho chính mình sự bảo vệ đặc biệt trong những lĩnh vực đó. Có thể có những nơi chúng ta không nên đến, những người chúng ta không nên gặp và những dòng suy nghĩ chúng ta không nên có dù chỉ là bắt đầu nghĩ đến bởi vì đích mà chúng sẽ dẫn chúng ta đến.

Đáng buồn thay, đôi khi tôi vẫn vấp ngã – nhưng tôi phải nhẫn tâm với tội lỗi ngay cả khi đó. Tôi không được phép lắng nghe lời dối trá của ma quỷ khi hắn cố gắng thuyết phục tôi đi xa khỏi Chúa và tái phạm. Ngược lại, tôi cần xưng nhận ngay lập tức: "Chúa Giê-xu ôi, con đã sai." Chúng ta cần phát triển một khuôn mẫu xưng tội thường xuyên, thừa nhận tội lỗi mình trước Chúa mỗi ngày. Như những vị thánh nhân thuở xưa thường nói, chúng ta cần "giữ bản kê khai tội luôn ngắn." Đó không phải là để chúng ta được tha thứ. Sự tha thứ của chúng ta không lệ thuộc vào việc chúng ta xưng từng tội một mà chúng ta đã phạm. Đó là điều bất năng, chúng ta thường xuyên phạm tội và có khi còn không nhận ra mình phạm tội nữa. Tôi xưng tội không phải để tôi được đảm bảo sự tha thứ, nhưng mà để tôi có thể lại một lần nữa kinh nghiệm ơn lạ lùng của sự tha thứ mà Đấng Christ đã giành lấy cho tôi trên thập tự giá.

3. Nghĩ nhiều về Đấng Christ

Phần nhiều sự bất ổn thuộc linh của chúng ta bắt nguồn từ việc dành quá nhiều thời gian tập trung vào chính mình: hành động của mình, cảm nghĩ và hoàn cảnh của mình. Đúng hơn, chúng ta cần tập trung vào Đấng Christ: công tác, lời hứa và tình yêu của Ngài. Chúng ta nên nghe theo lời kêu gọi của tác giả sách Hê-bơ-rơ: "Hãy nhìn xem Đức Chúa Jêsus" (Hê 12.2).

Công tác của Đấng Christ, không phải đức hạnh của tôi

Khi chúng ta dừng lại để suy nghĩ, chúng ta biết rằng mối liên hệ của mình với Chúa không lệ thuộc vào những gì chúng ta làm cho Ngài, nhưng vào những gì Ngài đã làm cho chúng ta. Chúng ta không được cứu bởi việc làm nhưng bởi ân huệ của Đức Chúa Trời khi chúng ta đặt lòng tin nơi Đấng Christ. Nhưng chúng ta nhanh chóng quên đi chân lý căn bản này khi chúng ta nghĩ về mối liên hệ của mình với Chúa. Chúng ta quá tập trung vào việc mình phải thể hiện đời sống Cơ Đốc nhân ra sao. Nếu chúng ta có thể chống cự cám dỗ, chúng ta lại lên mình, nhưng khi thất bại, chúng ta cảm thấy mình thật tồi tệ, xuống tinh thần. Nếu chúng ta có thì giờ đọc Kinh Thánh và cầu nguyện chất lượng, chúng ta cảm thấy chắc hẳn mình đang gần gũi với Chúa, nhưng nếu một hai ngày rồi chúng ta chẳng mở Kinh Thánh ra, chúng ta thuyết phục chính mình rằng chúng ta đang cách xa Ngài lắm. Kết quả là, máy đo lường đời sống thuộc linh của chúng ta luôn lên xuống thất thường. Lẽ ra, chúng ta nên tập trung vào công tác của Đấng Christ.

Người phụ nữ xức dầu cho Chúa Giê-xu là một gương mẫu tốt để chúng ta noi theo. Chúa Giê-xu nói về cô: "Tội lỗi của người đàn bà nầy nhiều lắm, nhưng đã được tha hết, nên chị ấy yêu mến nhiều" (Lu-ca 7:47). Ngài không nói: "Tôi đã tha tội cho chị bởi vì chị thể hiện tình yêu dành cho tôi rất nhiều." Như thế thì mâu thuẫn với câu chuyện ngụ ngôn nho nhỏ mà Ngài kể cho Si-môn, người chủ của buổi tiệc (Lu-ca 7:41–43). Chúa Giê-xu nói về hai người đều được chủ nợ xóa nợ. Rồi Ngài hỏi Si-môn người nào là người yêu người cho mượn nợ nhiều hơn: người nợ năm trăm đơ-ni-ê hay người nợ năm mươi đơ-ni-ê? Câu trả lời rất rõ ràng: "Tôi nghĩ là người mà chủ đã tha nhiều nợ hơn." Chúa Giê-xu sau đó tiếp tục nói về người phụ nữ ấy và việc cô thể hiện tình yêu dành cho Ngài cách dư dật. Tình yêu của cô không đảm bảo cho cô được tha thứ. Đúng hơn, cô bày tỏ tình yêu của mình vì biết ơn về sự tha thứ mà cô đã nhận được bởi ân điển.

Tình yêu của Đức Chúa Trời đến trước tình yêu của chúng ta dành cho Ngài: "Chúng ta yêu vì Chúa yêu chúng ta trước" (1 Giăng 4:19). Chúng ta phải luôn nghĩ về Đấng Christ và sự chết của Ngài vì chúng ta, nhờ đó chúng ta hoàn toàn được tha thứ, và sau đó chúng ta đáp ứng bằng tình yêu của mình dành cho Ngài. Chúng ta cần mỗi ngày cảm ơn Đấng Christ vì thập tự giá và nhận thức về sự lệ thuộc không ngừng của mình vào những gì Ngài đã làm cho chúng ta. Và chúng ta cần tận dụng Tiệc Thánh mà Ngài đã ban ra vì ích lợi của chúng ta cho tới khi Ngài trở lại. Khi chúng ta ăn bánh và uống chén, chúng ta nhớ đến sự hy sinh của Ngài vì chúng ta và, nói theo lời của Sách Cầu nguyện Anh giáo, "ăn nuốt chính Ngài trong lòng chúng ta bằng đức tin với sự cảm tạ." Trong cõi đời đời, chúng ta sẽ ca ngợi Đấng Christ về sự chết của Ngài rằng: "Chiên Con đã bị giết xứng đáng được uy quyền, giàu có, khôn ngoan, uy lực, tôn trọng, vinh quang và ca ngợi" (Khải 5:12), nhưng chúng ta không nên đợi đến khi lên thiên đàng mới làm điều đó. Thập tự giá phải là chủ đề chính của sự thờ phượng của chúng ta trên đất này, trong cả những bài hát lẫn trong việc dâng đời sống mình để phục vụ Ngài.

> Nhìn vào thân Chúa tôi cảm biết mấy
>
> Yêu thương bi đát chung hòa giọt rơi
>
> Từ nghìn xưa chẳng chi sánh cảnh ấy
>
> Há thấy mão miện bằng gai khác nào?

Dầu rằng tôi có toàn cả thế giới

Đem dâng cho Chúa vẫn hèn mọn thay!

Kỳ diệu thay ái tình Chúa thắm tươi

Xui tôi vui dâng hồn, thân cả rày.[5]

Lời hứa của Chúa, không phải cảm xúc của tôi

Tâm trạng của một số người hết sức thất thường, thay đổi lên xuống liên tục. Có người lại rất dễ chán nản, tâm trạng của họ luôn xuống, xuống và xuống, chỉ thi thoảng mới lên được chút. Bất kể tính cách của chúng ta như thế nào, chúng ta cũng cần đảm bảo rằng đời sống thuộc linh của mình neo nơi lời hứa của Đấng Christ, chứ không phải tâm trạng, cảm xúc của chúng ta. Cảm xúc của chúng ta thường thay đổi, nhưng lời hứa của Chúa thì vững chắc đời đời. Có thể chúng ta không cảm nhận được sự hiện diện của Ngài, nhưng Ngài đã nói: "nầy, Ta luôn ở với các con cho đến tận thế" (Mat 28:20). Có thể đôi khi chúng ta thậm chí có cảm giác như thể Chúa từ bỏ mình, nhưng chúng ta có thể chắc chắn rằng Ngài vẫn ở với chúng ta. Ngài đã đảm bảo rằng "Ai đến với Ta, Ta sẽ không bỏ ra ngoài đâu" (Giăng 6:37).

Một thành viên trong hội thánh chúng tôi bị trầm cảm nặng và bà nói với mục sư cũ trước khi bà rời hội thánh: "Tôi không thể nào tin nổi." Ông đã đáp lại cách rất khôn ngoan: "Đó là chân lý chứ không phải cảm xúc, Daphne ạ." Nhiều năm sau, cô nói với tôi rằng những lời ấy thường giúp

5. Watts, "Giờ được chiêm ngưỡng thập giá"

cô đứng vững qua những thời khắc khó khăn. Cô biết những chân lý của đạo, cô biết Chúa Giê-xu là Con Đức Chúa Trời, Đấng đã chết vì cô, đã sống lại và sẽ trở lại. Và cô biết rằng Ngài hứa tha thứ cho tất cả những ai đến với Ngài và Ngài sẽ sống với họ qua Thánh Linh. Cô đã tin vào những lẽ thật đó và vào sự đáng tin cậy của những lời hứa của Đấng Christ, chứ không phải vào tâm trạng lên xuống thất thường của mình.

Chúng ta sống trong thời đại dựa trên kinh nghiệm, nhưng chúng ta cần phải chống lại khuynh hướng chạy theo kinh nghiệm trong đời sống Cơ Đốc. Một số người đi nhà thờ chỉ chăm chăm tìm kinh nghiệm. Nếu họ kinh nghiệm điều mà một người bạn của tôi gọi là "liver shiver", một kinh nghiệm xuất thần theo cách nào đó, thì họ được khích lệ và cảm nhận Chúa gần gũi và thật sự yêu họ. Nhưng điều gì sẽ xảy ra khi kinh nghiệm đó mất dần vào sáng thứ hai khi đang ở văn phòng? Và làm thế nào họ có thể đối phó được khi họ không ở gần một hội chúng đông đảo với ban nhạc tuyệt vời và hệ thống âm thanh tối tân nhất? Có thể họ không còn kinh nghiệm được điều ấy nữa? Có thể khi ở tại một hội thánh trung thành nhưng nhỏ bé, nhóm trong một tòa nhà lạnh lẽo và ban nhạc thì chỉ có mỗi một người biết đàn or-gan sơ sơ chơi trên một chiếc đàn đã bị lạc nốt, thì họ không thường xuyên có được cảm giác tương tự như vậy.

Charles Spurgeon có lần đã nói: "Khi tôi nhìn Đấng Christ thì chú chim bồ câu hòa bình chao lượn trong lòng, khi tôi nhìn chú chim bồ câu thì chú vụt bay mất." Dĩ nhiên mối liên hệ của chúng ta với Chúa Giê-xu cần phải tác động lên cảm xúc của chúng ta, nhưng chúng ta không nên nhìn vào cảm xúc của mình để tìm sự an toàn. Tình trạng phấn khích thuộc linh có thể đến rồi đi, nhưng Chúa Giê-xu và lời hứa của Ngài thì không bao giờ thay đổi. "Đức Chúa Jêsus Christ hôm qua, ngày nay, và cho đến đời đời không hề thay đổi" (Hê 13:8).

Tình yêu của Chúa Giê-xu, không phải hoàn cảnh của tôi

Tất cả chúng ta đều sẽ đối diện với những thời điểm khó khăn trong cuộc đời. Đức tin của chúng ta không đảm bảo cho chúng ta thoát khỏi bệnh tật, cô đơn, mất mát, thất nghiệp hay những mối quan hệ bị đổ vỡ. Đôi khi có thể chúng ta còn phải chịu khổ đến mức chúng ta có thể tự hỏi liệu Chúa có quan tâm đến chúng ta không, nhưng chúng ta có thể tin chắc rằng Ngài thật sự quan tâm đến chúng ta. Phao-lô viết: "Vì tôi đoan chắc rằng dù sự chết, sự sống, các thiên sứ, các bậc cầm quyền, việc hiện tại, việc tương lai, các quyền lực, chiều cao, chiều sâu, hoặc một tạo vật nào cũng không thể phân rẽ chúng ta khỏi tình yêu thương của Đức Chúa Trời trong Đấng Christ Jêsus, Chúa chúng ta" (Rô 8:38–39).

Daphne bạn tôi, người đã bị trầm cảm suốt nhiều năm, bắt đầu mỗi ngày bằng việc hát một bài thánh ca. Tại các kỳ hội nghị, cô có thể đánh thức chúng tôi dậy bằng bài thánh ca quen thuộc của mình bên hành lang. Thói quen ca ngợi

Chúa đều dặn dò đã giúp cô có cái nhìn đúng đắn để đối diện với những khó khăn trong cuộc sống. Dù chúng ta phải chịu đựng những thử thách nào đi nữa, vẫn luôn luôn có những điều chúng ta có thể cảm tạ Chúa, ít nhất là về tình yêu đời đời mà Ngài dành cho chúng ta trong Đấng Christ.

Có lần tôi phỏng vấn Arthur, một thuộc viên cũ của hội thánh chúng tôi, người hiện giờ đã về với Chúa trên thiên đàng, về kinh nghiệm tang chế của ông. Lần lượt vợ, con trai, con gái và cháu trai của ông đều qua đời trong một thời gian ngắn. Nhưng ông không hề thể hiện sự than thân trách phận một chút nào. "Đức Chúa Trời vẫn luôn nhân từ đối với tôi", ông nói với giọng chắc nịch, và khuôn mặt ngời sáng của ông cho thấy ông thật sự cảm nhận như vậy. Ông không hề phủ nhận sự thật và nỗi đau mất mát, nhưng thông qua những đớn đau, ông vẫn không rời mắt mình khỏi ánh sáng của Đấng Christ.

Có lần ai đó đã nói với tôi "Cứ một lần nhìn vào chính mình, thì hãy nhìn Ngài mười lần". Tôi không hề nghĩ như thế là đủ. Có lẽ phải "nhìn Ngài một trăm lần". Sức khỏe và sự kiên định của đời sống Cơ Đốc phụ thuộc vào việc suy nghĩ nhiều về Đấng Christ.

4. Thường xuyên cầu nguyện

"Cầu nguyện không thôi"

Tất cả các mối liên hệ, trong đó có cả mối liên hệ của chúng ta với Đức Chúa Trời, phụ thuộc vào sự truyền thông hai chiều: Ngài trò chuyện với chúng ta qua Kinh Thánh và chúng ta chuyện trò với Ngài khi chúng ta cầu nguyện. Sứ đồ Phao-lô khích lệ chúng ta "cầu nguyện không thôi" (1 Tê 5:17). Chúng ta không bị giới hạn trong những thời gian và không gian đã định. Chúng ta có thể cầu nguyện mọi lúc, mọi nơi và trong bất cứ hoàn cảnh nào.

Khi chúng ta thân thiết với một ai đó, chúng ta muốn chia sẻ về cuộc đời mình với họ. Nếu có điều gì đó vui vui, điều gì làm chúng ta sợ hãi hay ngạc nhiên xảy ra, chúng ta sẽ tự nghĩ: "Ôi, khi nào mới gặp được bạn ấy để kể cho bạn ấy nghe nhỉ." Tuyệt vời thay, chúng ta chẳng bao giờ phải đợi để được nói chuyện với Chúa Giê-xu, Ngài luôn luôn ở bên cạnh chúng ta. Vì thế, khi chúng ta nhìn thấy ánh bình minh tuyệt đẹp, chúng ta có thể nói ngay lập tức: "Cảm ơn Chúa!" Nếu chúng ta đối diện với một sự cám dỗ bất ngờ, chúng ta có thể kêu lên: "Lạy Chúa, xin cứu giúp con!" Sau khi sa vào tội lỗi, chúng ta có thể xưng tội ngay: "Chúa ơi, con đã sai." Và nếu chúng ta đối diện với một quyết định khó và cần sự khôn ngoan, chúng ta có thể nói: "Xin giúp con, Chúa ôi!"

Đến giờ cầu nguyện rồi

Được quen biết những Cơ Đốc nhân lớn tuổi và tin kính, nhữngngười xem sự cầu nguyện tự nhiên như hơi thở, luôn luôn là một đặc ân lớn lao. Họ có thể đang nói chuyện với bạn rồi ngay sau đó, trước khi bạn kịp nhận ra, họ quay sang nói chuyện với Cha trên trời một cách rất đỗi tự nhiên.

Sự trưởng thành thuộc linh đó phải mất cả đời để phát triển. Chúng ta hầu hết đều lái xe hàng giờ mà chẳng nghĩ gì đến Chúa, nói gì đến nói chuyện với Ngài. Một người bạn của tôi cố gắng thay đổi điều đó bằng cách cam kết cầu nguyện mỗi khi ông lên xe, mà việc ông lên xe thì diễn ra nhiều lần trong một ngày. Điều đó tạo nên một khởi đầu giúp cho ông có thể vui hưởng mối tương giao có ý thức thường xuyên hơn với Chúa. Một người bạn khác của tôi đang lãnh đạo một sứ mạng truyền giáo trong trường đại học lại khuyến khích các em sinh viên Cơ Đốc hãy dán một miếng giấy nhỏ vào đồng hồ của mình. Ông đề nghị các em ấy cầu nguyện cho một người bạn chưa tin mỗi khi họ nhìn thấy miếng giấy đó: "Mấy giờ rồi? Đến giờ cầu nguyện rồi!"

STOP! DỪNG LẠI

Việc biệt riêng thì giờ để tập trung cầu nguyện bên cạnh việc tận dụng tất cả những cơ hội nho nhỏ để cầu nguyện trong suốt một ngày có giá trị vô cùng to lớn. Tôi vẫn đi theo khuôn mẫu mà tôi được dạy từ khi mới tin Chúa được viết tắt là STOP.

Sorry: Chúng ta cần phát triển một khuôn mẫu xưng tội thường xuyên.

Thank you: Chúng ta rất dễ hối hả trong nhịp sống hàng ngày mà không bao giờ dừng lại để nhớ về tất cả những gì Chúa đã ban cho chúng ta và vẫn đang làm cho chúng ta. Ngay cả khi cuộc sống khó khăn thì tôi cũng luôn luôn thấy rằng có rất nhiều điều mà tôi muốn cảm tạ Ngài mỗi khi tôi dừng lại và suy nghĩ.

Others: Có thể có vài người chúng ta muốn cầu nguyện cho họ mỗi ngày, có những người chúng ta không cầu thay thường xuyên. Tôi thấy có một danh sách cầu nguyện sẽ giúp ích cho chúng ta rất nhiều. Danh sách ấy ghi tên những người mà chúng ta muốn cầu nguyện vào những ngày cố định trong tuần. Tôi đã từng rất phi thực tế trong việc liệt kê những cái tên ấy, và kết quả là chẳng bao lâu tôi cầu nguyện cho cả đám theo kiểu "xin Chúa chúc phước cho nhóm những người con muốn cầu nguyện cho trong thứ Ba." Tốt nhất là nên giữ cho danh sách ấy ngắn và không ngừng cập nhật nó.

Please: Đây là phần cho những lời cầu xin cá nhân. Dĩ nhiên việc đem tất cả những mối quan tâm của chúng ta lên trước Cha thiên thượng trong lời cầu nguyện là một điều đúng đắn. Không có gì là quá nhỏ nhặt hay không quan trọng đối với Ngài. Nhưng lời cầu nguyện cho chính mình cũng không nên chỉ tập trung vào những nhu cầu thực tế hàng ngày, tôi cũng cần cầu nguyện cho sự tăng trưởng trong đời sống tin kính và trong sự trưởng thành Cơ Đốc của mình.

Tiếp tục điều chỉnh

Thì giờ cầu nguyện của tôi có thể nhanh chóng trở thành thủ tục nhàm chán mà trong đó tôi chỉ lẩm nhẩm cầu nguyện mà không mấy tin tưởng cũng không ý thức gì về mối liên hệ với Chúa. Tôi phải tiếp tục thay đổi cách cầu nguyện để tránh khuynh hướng đó. Tôi có thể sử dụng STOP một thời gian trước khi thay đổi và có thể xây dựng lời cầu nguyện của mình xoay quanh bài cầu nguyện của Chúa Giê-xu. Tôi cũng thấy việc viết ra những lời cầu nguyện mỗi ngày, một phần dựa trên những thách thức cụ thể mà tôi đã nhận được từ Lời Chúa, cũng rất hữu ích. Điều đó đảm bảo rằng lời cầu nguyện của chúng ta chất lượng và có sự liên tục. Khi tôi cứ lặp đi lặp lại cùng những lời cầu xin trong một thời gian thì tôi có thể xem lại xem Chúa đã trả lời tôi như thế nào. Đôi khi tôi cũng sử dụng những lời cầu nguyện của người khác và biến nó trở thành của riêng mình: dù đó là lời cầu nguyện từ Kinh Thánh, đặc biệt là lời cầu nguyện của Phao-lô, hay lời cầu nguyện của những Cơ Đốc nhân vĩ đại trong quá khứ. Có rất nhiều những khó báu thuộc linh trong Quyển sách Cầu nguyện chung của Anh giáo hay trong một bộ sưu tập những lời cầu nguyện tuyệt vời của người Thanh giáo gọi là *The Valley of Vision*[6] chẳng hạn.

Cầu nguyện với người khác

Khi được mời cầu nguyện trong buổi nhóm cầu nguyện đầu tiên của mình, tôi đã vô cùng căng thẳng. Suốt một thời gian tôi không đủ tự tin để cầu nguyện lớn tiếng và lo nếu tôi mở miệng cầu nguyện thì tôi không biết làm sao để kết thúc lời cầu nguyện ấy. Một người bạn đã đưa ra đề nghị khá hữu ích đó là tôi có thể viết lời cầu nguyện xuống rồi sau đó đọc lớn tiếng. Ngay cả khi làm thế rồi tôi vẫn lo lắng

---

6. A. Bennett, *The Valley of Vision* (Edingburgh: Banner of Truth, 1975).

biết đâu tôi lại đọc lời cầu nguyện ngay lúc người khác cũng lên tiếng cầu nguyện thì sao. Giờ nghĩ lại tôi thấy vui vì hồi đó mình vẫn kiên trì tham dự nhóm cầu nguyện ấy. Tôi đã học được nhiều về sự cầu nguyện thông qua các buổi nhóm cầu nguyện hơn bất cứ chỗ nào khác khi tôi quan sát khuôn mẫu cầu nguyện của người khác: không chỉ là những lời lẽ họ sử dụng, nhưng cả đức tin, sự tận hiến và bền bỉ của họ. Cầu nguyện chung cũng giúp tôi có thể cầu nguyện lâu hơn và tập trung hơn là khi tôi cầu nguyện một mình. Các buổi nhóm cầu nguyện đã trở thành "nhà máy phát điện" thuộc linh phía sau rất nhiều hành động của Đức Chúa Trời.

5. Tiếp thu những gì tốt nhất từ những Cơ Đốc nhân khác

Tân Ước xem sự tăng trưởng Cơ Đốc là điều gì đó phải diễn ra trước hết không phải về mặt cá nhân mà về mặt cộng đồng. Chúng ta không thể trở thành những người đơn thương độc mã, tức những người cố gắng tự mình trưởng thành trong Chúa. Cơ Đốc nhân là anh chị em trong một gia đình và là các chi thể của một thân. Phao-lô nói với người Ê-phê-sô: "nói ra sự thật trong tình yêu thương, để chúng ta được tăng trưởng trong mọi phương diện hướng đến Đấng Christ, là đầu; nhờ Ngài mà cả thân thể kết hợp và gắn chặt với nhau bởi những dây liên kết hỗ trợ. Khi mỗi phần hoạt động một cách thích hợp thì thân thể được tăng trưởng, và tự gây dựng trong tình yêu thương" (Êph 4:15–16).

Những bộ phận khác nhau trong một thân thể, cánh tay hoặc bàn chân chẳng hạn, không thể vận hành mà không có sự kết nối với các chi thể khác thế nào, thì cũng vậy, mỗi Cơ Đốc nhân đều cần phải được liên hiệp với những người khác trong một hội thánh như thế ấy. Tân Ước cho rằng làm thành viên của một hội chúng không chỉ có nghĩa là thi thoảng đi nhóm. Chúng ta cần phải xây dựng mối quan hệ gần gũi nếu chúng ta muốn cho và nhận những gì chúng ta cần cho và nhận. Điều đó đòi hỏi thời gian và sức lực của chúng ta, nhưng nó cũng trả công cho chúng ta hậu hĩnh.

Tôi mắc nợ rất nhiều người trong gia đình hội thánh của tôi. Một số người vẫn cầu nguyện cho tôi mỗi ngày. Chỉ khi lên thiên đàng tôi mới biết được điều đó đã đem đến sự khác biệt như thế nào. Những người khác lại khích lệ tôi bằng gương mẫu tin kính trong đời sống họ. Sự bền lòng, đôi khi là ngay cả bền lòng trong những khổ đau kinh khiếp nhất, thách thức tôi tiếp tục bước đi bất chấp những khó khăn mà tôi có thể đang trải nghiệm. Nhiều người đã đem đến tình bạn, sự hiếu khách và sự khích lệ cho tôi. Hội thánh chúng tôi chắc chắn không phải là một hội thánh hoàn hảo, nhưng mọi người ở hội thánh ấy vẫn thường bày tỏ tình yêu thương của Đấng Christ đối với tôi và vẫn được Chúa sử dụng để giúp tôi trở nên mạnh mẽ hơn trong mối liên hệ với Ngài. Những Cơ Đốc nhân vẫn còn bên lề của đời sống hội thánh đã bỏ lỡ rất nhiều ích lợi này.

Chúng ta cần dành thời gian phát triển những mối quan hệ Cơ Đốc gần gũi. Nhiều người trong chúng ta thấy rằng mình có thể nói với người khác về bóng đá, về Giáng Sinh, thậm chí môn bóng vồ nhiều hơn rất nhiều so với việc nói về Đấng Christ. Cần phải có những người bạn thi thoảng hỏi chúng ta: "Mối liên hệ của anh chị với Chúa dạo này như thế nào?" Các cặp vợ chồng Cơ Đốc cần phải đảm bảo rằng họ cầu nguyện với nhau thường xuyên và cởi mở với nhau về đời sống thuộc linh của mình. Nhiều người tìm thấy nơi những người bạn cầu nguyện sự khích lệ để tiếp tục cầu nguyện và môi trường để phát triển tình bạn sâu sắc. Họ cũng mang lại mối liên hệ đáng tin cậy, giúp chúng ta trở nên cởi mở, chia sẻ những tranh chiến của mình và thể hiện trách nhiệm giải trình trong những lĩnh vực mà chúng ta hay bị cám dỗ.

6. Duy trì giờ "tĩnh nguyện" đều đặn

"Sau lòng yêu mến Chúa"

Stephen Neill là một thần học gia, một giám mục ở Ấn Độ, một chuyên gia về truyền giáo, và ông đã viết rất nhiều sách. Về già, một sinh viên đã hỏi ông làm thế nào ông có thể làm được nhiều việc như thế. Ông đáp: "Kỷ luật". Neil nói tiếp: "Ồ, tôi đã nghĩ ông sẽ trả lời như thế. Sau lòng yêu mến Chúa thì kỷ luật là phẩm chất quan trọng nhất trong đời sống Cơ Đốc."

Mỗi một yếu tố cấu thành đời sống thuộc linh khỏe mạnh mà chúng ta đã xem xét trong chương này cho đến giờ phút này đều đòi hỏi sự kỷ luật. Tôi muốn kết thúc bằng cách nói về một việc cụ thể, mà một số Cơ Đốc nhân gọi là "giờ tĩnh nguyện": Một vài phút biệt riêng ra mỗi ngày để đọc Kinh Thánh và cầu nguyện. Có lẽ có hiểm họa của chủ nghĩa duy luật trong quá khứ. Kinh Thánh không đưa ra bất cứ luật nào bắt buộc chúng ta phải có giờ tĩnh nguyện – vì thế chúng tôi cũng không đưa ra luật nào cả. Nhưng nhiều người, trong đó có tôi, thấy giá trị to lớn trong việc có giờ tĩnh nguyện.

"Bảy phút với Chúa"

Thói quen hình thành trong những năm đầu đời thường kéo dài lâu, dù tốt hay xấu. Tôi biết ơn những người đã khích lệ tôi khi tôi mới tin Chúa là hãy dậy sớm hơn một chút mỗi sáng và dành thời gian cho Chúa. Trước đây, một vị mục sư nọ thường hay phát một mảnh giấy hướng dẫn có tựa đề "Bảy phút với Chúa." Mảnh giấy gợi ý chúng ta bắt đầu với một phút cầu nguyện, xin Thánh Linh của Chúa phán bảo qua Lời Ngài. Sau đó, dành bốn phút đọc một phân đoạn Kinh Thánh ngắn, sau đó hai phút cầu nguyện kết thúc. Đó là một lời khuyên khôn ngoan. Bảy phút nghe có vẻ khá khả thi đối với những ai chưa bao giờ có thì giờ tĩnh nguyện. Nhiều hơn thế thì có thể khiến họ không dám bắt đầu. Theo thời gian, đa số mọi người đều thấy họ cần phải dành nhiều thời gian hơn.

Dành thời gian ở với Chúa vào buổi sáng sớm là cách tốt nhất đối với tôi, nhưng bạn có thể thích một thì giờ khác. Hình thành thói quen là điều hữu ích. Nếu tôi đợi khi nào có giờ rảnh, thì hiếm khi giờ rảnh đến. Tôi cần phải dành ra vài phút trong thời gian biểu mỗi ngày. Thì giờ tốt nhất có thể sẽ thay đổi tùy theo hoàn cảnh. Một thiếu nữ độc thân đã từng dành bốn mươi phút cho Chúa mỗi sáng sớm, có lẽ sẽ khôn ngoan nếu cô dành ra 20 phút cho Ngài khi mới sinh con. Nếu chúng ta bỏ qua một số ngày, chúng ta không nên bị giam hãm trong mặc cảm tội lỗi. Trái lại, chúng ta chỉ cần đơn giản là bắt đầu lại vào ngày tiếp theo.

Chúng ta nên cầu nguyện xin Chúa giúp cho giờ học Kinh Thánh và cầu nguyện thường xuyên của chúng ta sẽ không chỉ đơn thuần là một trách nhiệm nhưng là một niềm vui, khi chúng ta vui trong sự giao thông có ý thức với Đức Chúa Trời. Khi mở Kinh Thánh ra, tôi cần phải nhớ rằng không phải tôi đang đọc một quyển sách giáo khoa học thuật. Tôi là một người con lắng nghe lời của người Cha thiên thượng yêu thương; một con chiên nghe tiếng của người chăn.

Trong những ngày đầu mới tin Chúa, không ai giúp tôi chỉnh sửa ấn tượng mà tôi đã có từ trước đó là tôi có thể nghe được tiếng phán trực tiếp từ Đức Chúa Trời cho tình huống cụ thể trong đời sống tôi mỗi khi tôi đọc Kinh Thánh. Ấn tượng đó khiến cho tôi nản lòng khi phân đoạn Kinh Thánh buổi sáng của tôi thường có vẻ như không mấy liên quan trực tiếp đến vấn đề cá nhân cụ thể mà tôi đang phải tranh chiến trong ngày hôm đó. Nhưng Kinh Thánh không được viết trực tiếp cho tôi. Kinh Thánh không phải là một bộ sưu tập những thông điệp nho nhỏ chờ đợi để được Thánh

Linh áp dụng vào những tình huống chi tiết, cụ thể của cuộc đời tôi. Tôi không thể mong đợi mỗi lần tôi đọc Kinh Thánh thì một lời áp dụng trực tiếp nào đó từ Chúa "nhảy" ra khỏi trang giấy cho tôi. Tôi nhẹ lòng khi một người bạn chỉ ra điều ấy khi nói với tôi rằng, thay vì chứa đựng một loạt những thông điệp cụ thể dành cho tôi thì trên hết, Kinh Thánh chứa đựng những chân lý vĩ đại về Đức Chúa Trời. Anh ấy đã khuyên tôi, khi đọc Kinh Thánh, thay vì tập trung vào chính mình và những mối quan tâm tức thời của mình, tôi cần phải tập trung vào Chúa và tự hỏi: "Phân đoạn này dạy cho tôi điều gì về Chúa?" Khi tôi tăng trưởng trong sự hiểu biết về sự dạy dỗ của Kinh Thánh về Chúa và chương trình cứu rỗi của Ngài, tôi sẽ thấy ngày càng rõ hơn rằng những chân lý vĩ đại đó chứa đựng những áp dụng cho tất cả mọi chi tiết của đời sống tôi.

Những thỏi vàng thuộc linh để chúng ta thỏa vui

Chúng ta cần phải ý thức sự hiện diện của Chúa với chúng ta khi chúng ta đọc Lời Ngài. Cũng như việc chúng ta cầu nguyện xin Chúa giúp chúng ta hiểu Lời Ngài, chúng ta cũng cần cầu nguyện trong suốt thời gian học. Mỗi chân lý vĩ đại mà chúng ta khám phá được, hoặc những thách thức mà chúng ta nhận được, đều có thể thúc đẩy chúng ta đáp ứng trong sự tôn thờ, xưng tội hoặc cầu thay bằng lời cầu nguyện ngay tức thì. Một số phần trong Kinh Thánh cho chúng ta những thỏi vàng thuộc linh khiến chúng ta thích thú, một số phần đòi hỏi chúng ta phải có nhiều thời gian đào xới và suy ngẫm hơn. Dù phân đoạn Kinh Thánh nào, thì cũng có thể hữu ích khi tập trung vào một "ý tưởng tuyệt nhất" để ghi nhớ và lấy ra để suy ngẫm và áp dụng. Chúng ta có thể viết xuống và sử dụng nó sau này. Nếu chúng ta chuyển giờ tĩnh nguyện của mình sang một hình thức nào đó có thể mang đi được, thì sẽ ích lợi cho chúng ta suốt cả ngày chứ không chỉ cho một vài phút nào đó.

Dù kỷ luật để có một thì giờ cố định mỗi ngày là điều rất có giá trị, nhưng nó cũng có thể dẫn chúng ta vào lối mòn nếu chúng ta không cẩn thận. Như đã nói ở trên, tôi phải liên tục thay đổi khuôn mẫu cầu nguyện và học Kinh Thánh của mình để thì giờ với Chúa luôn tươi mới. Tôi không tự động kỷ luật trong lĩnh vực này mà tôi phải tranh chiến để duy trì giờ tĩnh nguyện cố định của mình, nhưng tôi biết đó là một cuộc chiến đáng để chiến đấu. Duy trì việc đồng hành với Chúa trong suốt cuộc đời lệ thuộc nhiều vào những giờ phút ngắn ngủi quý báu mỗi ngày.

Sức lực cho trận chiến

Phao-lô nói với người Ê-phê-sô "Vì chúng ta chiến đấu, không phải chống lại thịt và máu, nhưng chống lại các quyền thống trị, các thế lực, các kẻ nắm quyền bá chủ thế giới mờ tối nầy, và các thần dữ ở các nơi trên trời" (Êph 6:12). Ma quỷ hành động trong tất cả những trận chiến mà chúng ta đối mặt, nếu cậy chính mình thì chúng ta hoàn toàn không cân sức với hắn. Vì thế chúng ta phải "mạnh mẽ trong Chúa và nhờ sức toàn năng của Ngài" (Êph 6:10).

Như người đàn bà trong Lu-ca 7 nhận ra, trọng tâm của đời sống Cơ Đốc nhân là mối liên hệ yêu thương với Chúa Giê-xu, Đấng yêu chúng ta trước và chết thay cho chúng ta trên thập tự giá. Không một phương hướng hành động đơn lẻ nào có thể bảo đảm một mối quan hệ sống động không ngừng với Chúa trong suốt cuộc đời chúng ta, nhưng việc áp dụng sáu nguyên tắc này sẽ mang đến một mối tương giao phong phú với Đức Chúa Trời và những nguồn trợ giúp thuộc linh tối cần cho những cuộc chiến của chúng ta trong thế giới hiện tại cho tới khi, cuối cùng, chúng ta có thể nói như sứ đồ Phao-lô: "Ta đã chiến đấu trong một trận chiến anh dũng, đã hoàn tất cuộc chạy đua, đã giữ được đức tin" (2 Ti 4:7). Khi Đấng Christ hiện ra, tất cả những sự bất an, dục vọng, mặc cảm, nghi ngờ, ngã lòng và kiêu ngạo của chúng ta đều sẽ biến mất mãi mãi. Và vào ngày đó, sẽ không còn một sự khao khát thuộc linh nào chưa được thỏa đáp bởi vì chúng ta sẽ gặp Đấng Christ "mặt đối mặt" và biết Ngài như Ngài đã biết hết về chúng ta (1 Cô 13:12).

Công ty sách Cơ Đốc **Văn Phẩm Hạt Giống** chính thức ra đời vào tháng 4/ 2016 nhằm đáp ứng nhu cầu cấp thiết về văn phẩm Cơ Đốc có giá trị dành cho Cơ Đốc nhân người Việt với một sứ mệnh rõ ràng.

Văn Phẩm Hạt Giống sẽ cung cấp những văn phẩm Cơ Đốc:

- Có giá trị cao, trung thành với sự dạy dỗ của Kinh Thánh, phù hợp với nhu cầu và bối cảnh của các cộng đồng người Việt trong và ngoài nước.
- Nhằm trang bị từng cá nhân tín hữu Việt Nam tăng trưởng đức tin và phát triển **Vương Quốc Đức Chúa Trời**.

Tên gọi Hạt Giống vốn được truyền cảm hứng từ lời Chúa trong Mác 4:4. Lời của Đức Chúa Trời - Hạt Giống cứu rỗi - sẽ được những Cơ Đốc nhân gieo ra và trở lên lớn mạnh trong lòng người tin nhận.

Khi cho ra đời những văn phẩm có giá trị, chúng tôi ao ước chính mình sẽ là những người gieo trồng, kẻ tưới trong nhà Đức Chúa Trời. Chính Đức Chúa Trời sẽ hành động trong lòng độc giả khiến đời sống họ được biến đổi, lớn lên trong đức tin, được phước dư dật và đem phước hạnh ấy đến cho người khác (1 Cô 3:5–9).

Với mong muốn phát hành nhiều hơn nữa những cuốn sách chất lượng, có giá trị cao tới cộng đồng, chúng tôi luôn cần sự cầu thay, giúp đỡ, nhận xét và đóng góp quý báu cho từng cuốn sách đã được xuất bản. Những lời làm chứng, chia sẻ về sự biến đổi đời sống trong năng quyền của Chúa khi quý vị đọc những cuốn sách này cũng sẽ là nguồn khích lệ lớn lao cho chúng tôi tiếp tục sứ mệnh của mình. Mọi tâm tình, ý kiến đóng góp, chia sẻ xin gửi cho chúng tôi theo địa chỉ:

nhabientap@vanphamhatgiong.com

hoặc chia sẻ với chúng tôi trên trang Facebook Văn Phẩm Hạt Giống.

Rất mong được đón nhận!

CÁC SÁCH ĐÃ XUẤT BẢN

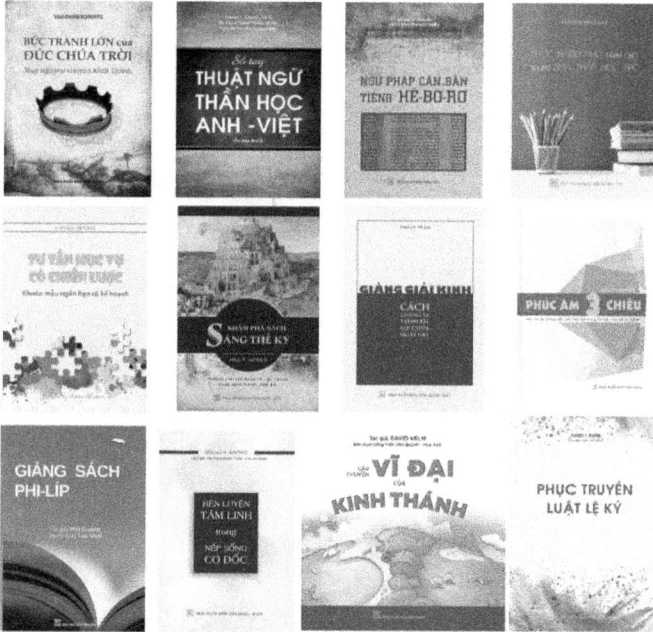

Quý độc giả có thể xem thông tin chi tiết về từng sách trên Website:
http://vanphamhatgiong.com/vi/cua-hang/
hoặc trên FB Page *Văn Phẩm Hạt Giống*

CÁC SÁCH SẮP XUẤT BẢN

1. Giải Nghĩa Tân Ước của Tyndale: Gia-cơ (Douglas J. Moo)
2. Bảy Định Luật của Sự Giảng Dạy (John Milton Gregory)
3. Noi Gương Chúa Giê-xu (Một số Mục sư Việt Nam)
4. Sự Cứu Rỗi thuộc về CHÚA (John Frame)

Liên hệ mua sách:

- E-mail: info@vanphamhatgiong.com
- Website: http://vanphamhatgiong.com
- Mua sách trên trang lulu.com: http://www.lulu.com/spotlight/Van_Pham_Hat_Giong
- Facebook Page: Văn Phẩm Hạt Giống

www.ingramcontent.com/pod-product-compliance
Lightning Source LLC
Chambersburg PA
CBHW051953090426
42741CB00008B/1379